रेश्माची गोष्ट ही वेदना आणि संघर्ष यांची गुंफण आहे. माणूस जिद्दीच्या बळावर काय करू शकतो हे वाचकाला तिच्याकडे बघून कळते. दु:खाला मागे टाकून एका नव्या बदलासाठी सज्ज होतानाचा प्रवास तिच्या अनुभवातून अधोरेखित होतो

- **सर रिचर्ड ब्रॅनसन**

निराशेच्या गर्तेतून बाहेर येऊन आपलं अस्तित्व पुन्हा निर्माण करणाऱ्या एका तरुण, असामान्य मुलीची ही आत्मकथा वाचकाला एक नवीन उमेद देऊन जाईल. ताकदीच्या आणि जिद्दीच्या बळावर आयुष्याला नव्याने सामोरं जातानाच जगाला एक प्रेरणा देण्याचा तिचा प्रयत्न कौतुकास्पद आहे. ॲसिड हल्ला झालेल्या कित्येक मुलींच्या आयुष्यातल्या अनुभवांचा थरार तिच्या लिखाणातून मांडला गेला आहे.

- **जॉन स्विनी**

रेश्माची गोष्ट सर्वांनी वाचलीच पाहिजे. एका निर्घृण ॲसिड हल्ल्यानंतर पुन्हा जिद्दीने उभं राहून जागतिक पातळीवरच्या फॅशन शोमध्ये भाग घेणे हे स्त्रियांवर अत्याचार करणाऱ्यांना दिलेले चोख उत्तर आहे. तिच्या अनुभवातून खूप काही शिकण्यासारखे आहे.

- **सचिन तेंडुलकर**

रेश्माची गोष्ट ही तिच्या धैर्याची, विजयाची गोष्ट आहे. खिळवून ठेवणारी ही भावनिक कहाणी फक्त ॲसिड हल्ल्याची शिकार झालेल्या रेश्माचीच ओळख करून देत नाही, तर हिंसा आणि अपमान सहन करणाऱ्या भारतातल्या अनेक स्त्रियांचं वास्तवसुद्धा सांगते. तिच्या यशाची ही गोष्ट वाचायलाच हवी.

– शशी थरुर

एका लढाऊ मुलीची गोष्ट! भारतातील वैद्यकीय सुविधांची दारुण परिस्थिती आणि एकूणच व्यवस्थेशी निगडित लोकांची किंवा अगदी प्रसिद्ध डॉक्टरांची सुद्धा असंवेदनशील वागणूक, सुधारण्यासाठी धोक्याची सूचना!

– कविता कृष्णन

एक सशक्त आत्मकथन! हृदयद्रावक, अंगावर काटा आणणारं आणि तितकच प्रेरणादायी

– केशव सुरी

आपल्या स्नेहीजनांना पुस्तके भेट द्या

'Being Reshma' या इंग्रजी पुस्तकाचा अनुवाद

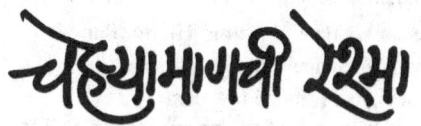

चेहऱ्यामागची रेश्मा

ॲसिड हल्ल्यातून सावरून जगाला प्रेरणा
देणाऱ्या सामान्य मुलीची असामान्य गोष्ट

रेश्मा कुरेशी

सहलेखक
तानिया सिंग

अनुवाद
निर्मिती कोलते

मेहता पब्लिशिंग हाऊस

Please contact us at **Mehta Publishing House, Pune.**
Email : production@mehtapublishinghouse.com
Website : www.mehtapublishinghouse.com

BEING RESHMA by RESHMA QURESHI With TANIA SINGH

Copyright © RESHMA QURESHI,TANIA SINGH 2018

Translated into Marathi Language by Nirmiti Kolte

चेहऱ्यामागची रेश्मा / अनुवादित आत्मकथन

अनुवाद : निर्मिती कोलते
author@mehtapublishinghouse.com

मराठी अनुवादाचे व प्रकाशनाचे हक्क मेहता पब्लिशिंग हाऊस, पुणे

प्रकाशक : सुनील अनिल मेहता, मेहता पब्लिशिंग हाऊस,
१९४१, सदाशिव पेठ, माडीवाले कॉलनी, पुणे ३०

अक्षरजुळणी : स्वाती एंटरप्रायझेस

मुखपृष्ठ : मेहता पब्लिशिंग हाऊस

प्रथमावृत्ती : डिसेंबर, २०१९

P Book ISBN 9789353173678
E Book ISBN 9789353173685
E Books available on : play.google.com/store/books
www.amazon.in

'मेक लव्ह नॉट स्कार्स' या एकमेवाद्वितीय संस्थेला
प्रेमपूर्वक आणि आदरपूर्वक समर्पित...

प्रस्तावना

ही प्रस्तावना लिहायला सांगितल्यानंतर जवळजवळ सहा महिने मी चालढकल करीत होते. माझ्या आयुष्यातील दोन अतिशय महत्त्वाच्या व्यक्तींना मी न्याय देऊ शकणार नाही अशी मला भीती वाटत होती.

मी रेश्माला पहिल्यांदा भेटले तो दिवस मला कालच्यासारखा लख्ख आठवतोय. काही लोकांची भेट काही विशिष्ट कारणांसाठीच नियतीने योजलेली असते यावर माझा ठाम विश्वास आहे. आमची भेट होईपर्यंत रेश्मा अगदी अबोल, घुमी झालेली होती. तिच्यावर १-२ शस्त्रक्रियादेखील झाल्या होत्या. आमच्या 'मेक लव्ह नॉट स्कार्स' संस्थेने तिच्या उपचारांसाठी निधी उपलब्ध केला होता, त्यामुळे तिला माझे नाव माहीत झाले होते. पण मी जवळपास तिच्याच वयाची आहे हे मात्र तिला माहीत नव्हते. मला वाटतं आम्ही पहिल्यांदा भेटलो तेव्हा तिलाही तेच समाधान मिळालं जे तिची केस घेताना मला जाणवलं होतं.

त्या वेळी ती सतरा वर्षांची होती आणि मी एकवीसची होते. ती नुकतीच एका भयंकर संकटातून वाचली असली तरी तिचा जगण्यासाठीचा खरा संघर्ष आता कुठे सुरू होणार होता. पुढचे काही महिने खरंच कठीण जाणार होते. तेच तेच अप्रिय संवाद, भयाण शांतता, अस्वस्थ रात्री या सगळ्यांचा तिला सामना करावा लागणार होता. चांगल्या लोकांच्या बाबतीतच अशा वाईट गोष्टी का घडतात? हा प्रश्न त्या काळात मला सारखा छळायचा.

रेश्माच्या आयुष्यातल्या गोष्टी मार्गी लागायला जवळजवळ वर्ष गेलं. हळूहळू ती लोकांशी संवाद साधू लागली, आणि लोकदेखील

तिचं बोलणं लक्ष देऊन ऐकू लागले तशी तिला स्वत:च्या शक्तीची जाणीव व्हायला लागली. लवकरच ती ॲसिड हल्ल्याविरुद्धच्या लढ्यातील आघाडीची कार्यकर्ती बनली. आजवर तिनं जे मिळवलं आहे ते असामान्य आहे. तिचं आयुष्य म्हणजे माणसाच्या जिद्दीचं आणि ताकदीचं उदाहरण आहे. हे पुस्तक तुमच्या अंगावर काटा आणेल, तुम्हाला हेलावून टाकेल, प्रेरणा देईल आणि तुमच्यात बदलदेखील घडवेल.

माझ्या आयुष्यातील दुसरी सगळ्यात महत्त्वाची व्यक्ती म्हणजे तानिया सिंग! २०१६ मध्ये एके दिवशी, मदतनीस म्हणून तानिया 'मेक लव्ह नॉट स्कार्स' मध्ये आली. त्या दिवशी नुसती धावपळ सुरू होती. पण तिनं एकही प्रश्न न विचारता लागेल ती मदत केली, पडेल ते काम केलं. शूटिंगचं काम करताना थोडा मोकळा वेळ मिळाला तेव्हा तिच्याबरोबर थोडी चर्चा झाली आणि त्या चर्चेमुळे माझ्या संस्थेचं भविष्यच बदलून गेलं. एका आयुष्यभराच्या मैत्रीची सुरुवात झाली. खरंतर ती आमच्याकडे काम मागायला आली नव्हती; पण दुसऱ्याच दिवशी आम्ही तिला नोकरीची ऑफर दिली. तानियाच्या व्यावसायिक अनुभवाचा आम्हाला खूप फायदा झाला. तिनं कामाच्या पद्धती सुधारल्या आणि इतरही अनेक बदल केले. आमच्या नकळत आम्ही एकमेकींच्या खूप जवळ आलो. अजूनही चांगल्या वाईट दिवसात आम्ही एकमेकींना आधार देतो, प्रेरणा देतो. तिच्याशिवाय 'मेक लव्ह नॉट स्कार्स' चालवण्याची कल्पनासुद्धा मी सहन करू शकत नाही, कारण आज संस्थेचे जे स्वरूप आहे ते घडवण्यात तिचा फार मोलाचा वाटा आहे.

काही महिने आमच्याबरोबर काम केल्यानंतर तानियाला तिनं आधीच स्वीकारलेल्या नोकरीसाठी मलेशियाला जावं लागलं. जड अंत:करणानं आम्ही तिला निरोप दिला. तिची स्वप्नं पूर्ण करण्यासाठी तिला जाऊ देणं मला भागच होतं. ती सामानसुमान बांधून तिकडे गेली खरी, पण तिचं मन आमच्या संस्थेतच अडकलं होतं. बरोबर सहा महिन्यांनी तिचा मला फोन आला आणि ती म्हणाली की मी परत रुजू होऊ शकते का? मला लक्षात आलं की आमच्या दोघींचं स्वप्न आता एकच झालं आहे. तिचं योगदान सांगायला शब्द अपुरे पडतील. आज

तानिया 'मेक लव्ह नॉट स्कार्स'ची मुख्य कार्यकारी अधिकारी आहे. या पुस्तकाच्या निमित्तानं तिचं लहानपणापासूनचं लेखक होण्याचं स्वप्नसुद्धा पूर्ण झालं आहे.

तानियानं अतिशय मेहनतीने शब्दबद्ध केलेलं हे पुस्तक म्हणजे प्रेम आणि मैत्रीची अविस्मरणीय ठेव आहे. मला आशा आहे की,ही गोष्ट तुमच्या मनालासुद्धा तितकीच स्पर्शून जाईल जितकी माझ्या मनाला स्पर्शून गेली आणि तुम्हाला आजूबाजूला होणाऱ्या अन्यायाची दखल घ्यायला प्रेरणा देईल.

ही प्रस्तावना लिहिताना मला सारखं भरून येत होतं. हे पुस्तक पूर्ण होणं हे एक दिवास्वप्न होतं जे आता पूर्ण झालंय आणि रेश्माची गोष्ट सर्वांसमोर येत आहे.

नवी दिल्ली
सप्टेंबर २०१८

रिया शर्मा
संस्थापक, 'मेक लव्ह नॉट स्कार्स'

अनुक्रमणिका

माझं लहानपण । १

अम्मी । १२

मऊआइमा । २३

तलाक, तलाक, तलाक । ३४

संकटांचे डोंगर । ४४

पुनर्जन्म । ५२

बीभत्स, किळसवाणी अवस्था । ६३

धोका अजून टळलेला नाही । ७०

द बर्न्स वॉर्ड । ७७

भविष्याचा वेध । ९०

निराश – पण वेडी नाही । ९९

मेक लव्ह, नॉट स्कार्स । १०९

ऑपरेशन्सची मालिका । ११६

#EndAcidSale । १२३

बदलांचे वारे । १३५

पुन्हा दवाखान्याच्या वाऱ्या । १४०

न्यू यॉर्क फॅशन वीक । १४५

तू चाल पुढं तुला रं गड्या भीती कुणाची । १५५

समारोप । १६२

उपसंहार । १६३

आभार । १६४

माझं लहानपण

"मीना, बस हं आता!'' मी वैतागून ओरडले. या पोरीचा आक्रस्ताळेपणा कधी कमी व्हायचा, समजत नाही. चिडखोर स्वभाव आणि माथेफिरू उपद्व्यापांमुळे ती कुप्रसिद्ध आहे. तिचे एकेक पराक्रम ऐकून तिचे बिचारे वडील तिला छोटी 'वाघीण' म्हणतात. तिची आई माझ्याच वयाची – फक्त एकवीस वर्षांची आहे! मीनाचे वडील आजूबाजूला नसले की ती मीनाला सैतान म्हणते. अतिलाडांनी बिघडलेल्या आपल्या कार्टीला धोपटून सरळ करावं असा छुपा विचार अधूनमधून तिच्या डोक्यात येत असतो. मुलं जर अशी निपजणार असतील तर बरंय – माझं अजून लग्नही झालेलं नाहीये आणि मला मुलं नाहीयेत ते!

तिच्या मुलीला सांभाळता सांभाळता तासाभरातच मी थकून गेले. अली आणि मीना आमच्या शेजाऱ्यांची मुलं! मी त्यांना थोडावेळ सांभाळत होते. भांडता भांडता मीनाने अलीला घट्ट पकडलं होतं आणि त्याचे केस तिनं उजव्या मुठीत आवळले होते. डाव्या हाताने तिनं त्याची मान मुरगळली होती. त्या लहान लेकराचे हाल बघवत नव्हते. तिच्या हातात अजून थोडा जास्त जोर असता तर कठीणच होतं. मी मोठ्या मुश्किलीने अलीला तिच्या तावडीतून सोडवलं, तसं बिचाऱ्याला रडू फुटलं. तेवढ्यातल्या तेवढ्यात मीनाने त्याचे केस जवळपास उपटलेच होते.

मी चॉकलेट देऊन त्याला कसंबसं गप्प केलं.

एजाज, ज्याला आम्ही तिघी बहिणी प्रेमानं भाई म्हणायचो त्याला हा प्रसंग ऐकून हसू आवरेनासं झालं. 'काळ किती बदलला आहे', तो म्हणाला आणि ते खरंच होतं. मोठ्या भावांशी मारामारी तर सोडाच

पण आवाज चढवून बोलायची सुद्धा माझी, नर्गिसची आणि गुलशनची हिंमत झाली नाही कधी! त्यांची मान वगैरे मुरगळणं म्हणजे स्वतःच स्वतःला देहान्त शासन देण्यासारखं झालं असतं. आता परिस्थिती बदलली आहे. आता आम्ही हसतो, वाद घालतो, भांडतो, एकमेकांना बऱ्यापैकी समानतेने वागवतो. पण आम्ही मोठे होत असताना घरी असं वातावरण नव्हतं. तेव्हा नुसतं भाई म्हटलं तरी त्याचं कुटुंबातलं वरचं स्थान अधोरेखित व्हायचं.

माझा मोठा भाऊ रियाज आणि माझ्यात साधारण बारा वर्षांचं अंतर आहे. मी सगळ्यात धाकटी! मी पाच वर्षांची होते तेव्हा त्यानं पोटापाण्यासाठी टॅक्सी चालवायला सुरुवात केली होती. अम्मी-अब्बांइतकेच त्याचे स्थान महत्त्वाचे होते. भावांविषयी अनादर म्हणजे जणू नकळत केलंलं पापच समजलं जायचं. वडिलांना जर कधी काही झालंच तर घरचा उदरनिर्वाह, आमच्या गरजा आणि आम्हा बहिणींची लग्नं हे सगळं भावांवर येऊन पडलं असतं. वडील आणि भावांवर असलेल्या या जबाबदारीची जाणीव अम्मी आम्हाला सतत करून देत असे. त्यामुळे त्यांना आनंदात ठेवणं हे अतिशय महत्त्वाचं होतं आणि त्यासाठी आम्ही व्यवस्थित वागणं आवश्यक होतं. आम्ही चुकून कधी त्यांचे केस उपटले असतेच तर अम्मीनं एक सणसणीत थोबाडीत दिली असती, महिनाभर गोळ्या चॉकलेट बंद केलं असतं किंवा त्याहून काहीतरी वाईट शिक्षा केली असती.

सगळ्यात जास्त आदर अब्बांचा होता. लहानपणी त्यात भीतीचा अंश जास्त असल्यामुळं आदर म्हणण्यापेक्षा त्याला दरारा म्हणणं जास्त योग्य ठरेल. माझे अब्बा टॅक्सी चालवायचे. त्यांचं स्वतःचं असं छोटेसं साम्राज्य होतं असं आम्ही गमतीनं म्हणायचो. पण खरंतर त्यांच्या फक्त दोन पिवळ्या टॅक्सी होत्या. एक ते स्वतः चालवत आणि दुसरीवर पगारी ड्रायव्हर ठेवला होता. लहानपणी आम्ही कल्पना करायचो की आमचे अब्बा करोडपती असते तर आम्ही काय काय केलं असतं. माझं तर परदेश प्रवासाचं स्वप्न होतं.

तेव्हा अब्बांचे एक मित्र कामानिमित्त दुबईला होते. ते आमच्यासाठी वेगवेगळी चॉकलेट्स आणि छान छान खेळणी आणत. एकीकडे आम्ही श्रीमंत व्हायची स्वप्नं बघत होतो तर दुसरीकडे आमच्या

अब्बांचं मात्र वेगळंच स्वप्न होतं. आपल्या दोन्ही मुलांना चांगल्या पांढरपेशा नोकऱ्या मिळाव्यात आणि तिन्ही पोरींची चांगल्या सधन कुटुंबात लग्नं व्हावीत, कधी पैशांची चिंता असू नये असं त्यांना वाटायचं.

माझा मोठा भाऊ रियाज अब्बांच्या पावलावर पाऊल ठेवून टॅक्सी व्यवसायात पडला. चार भावंडं आणि आईवडिलांबरोबर छोट्याशा जागेत राहिल्यामुळे त्याला मोकळेपणाची ओढ असायची. त्यासाठी मग तो कामानिमित्त दूर दूर प्रवास करत असे. कर्नाटकला गेला तर आमच्यासाठी वेगवेगळ्या मिठाया, आग्र्याहून बाहुल्या आणि कोईमतूरहून मोठमोठाली शहाळी आणत असे. मला आता जाणवतंय की शिक्षण सोडून अब्बांसारखी टॅक्सी चालवण्याच्या त्याच्या निर्णयानं अब्बा आणि अम्मी खूपच उद्विग्न झाले होते. त्यांनी आपल्या सगळ्या आशा आपल्या मोठ्या मुलावर लावल्या होत्या; पण त्याने जेव्हा त्यांचाच बेभरवशाचा व्यवसाय निवडला तेव्हा त्यांना प्रचंड वाईट वाटलं. आता त्यांची सगळी मदार एजाजवर होती.

मुंबईत चेंबूरच्या एका दुमजली चाळीच्या दुसऱ्या मजल्यावर मी लहानाची मोठी झाले. एकच झोपायची खोली असलेली ती छोटीशी जागा म्हणजे आमचं संपूर्ण जग होतं. शेजारपाजारचे लोक जेमतेम पाच फूट रुंदीच्या बोळातून मान वर करून दार बंद असलं तरी अम्मीला हाका मारायचे आणि आमची झोपमोड करायचे. त्या बोळात इतका अंधार असायचा की तिथे उभं राहणाऱ्याला दिवस आहे की रात्र हेसुद्धा कळायचं नाही.

चाळीमध्ये मोठमोठ्या आवाजात आमचं बोलणं चालायचं. मोकळ्याढाकळ्या वागण्यानं नाती घट्ट रुजतात, याची मला इथंच जाणीव झाली. आम्ही तसे रांगडेच होतो. शिष्टाचार पाळणाऱ्यांमध्ये आम्हाला करमत नसे. चाळीत सगळेच असे बिनधास्त वागायचो. अतिनम्रतेनं बोलणं कृत्रिम वाटायचं, अशा कृत्रिम वागणाऱ्यांशी मैत्री व्हायचीच नाही. 'काकू, मुलांना शाळेत नेऊन सोडाल का?' विधवा किंवा दारुड्या नवऱ्यांच्या कामावर जाणाऱ्या बायका माझ्या अम्मीला हक्काने विचारायच्या. अम्मी हसून त्या मुलांना घरात बोलवायची

आणि आम्ही तयार होईपर्यंत थांबायला सांगायची.

रियाजनं टॅक्सी चालवायला सुरुवात केली आणि त्याचं शाळेत जाणं बंद झालं. एजाज हा रियाजच्या पाठचा भाऊ. नर्गिसपेक्षा दोन वर्षांनी मोठा. मी जेव्हा चार वर्षांची होते आणि नुकतीच शाळेत जायला लागलेले तेव्हा एजाज साधारण बारा वर्षांचा होता. गुलशन, नर्गिस आणि मी कपडे बदलून तयार होईपर्यंत तो शांतपणे थांबून राहायचा आणि मग आम्हाला आणि बाकीच्या मुलांना शाळेत घेऊन जायचा.

आमच्या चाळीच्या आसपासच्या अरुंद, अंधाऱ्या गल्ल्यांमधून हिंडताना कायम एक दमट वास यायचा, त्यामुळे आम्हाला बाहेरच्या हवामानाचा पत्ताच लागत नसे. त्या कोंदट आणि कुबट गल्ल्या आमच्या हवामानाच्या अंदाजांचं कौशल्य फुकट घालवत असत. चुकून वेळ आलीच तर असू द्यावी म्हणून आम्ही नेहमी छत्री घेऊनच फिरायचो. असल्या हवेमुळे बऱ्याच मुलांना सारखा घसादुखीचा त्रास होत असे. इमारती, त्या सांगाड्यांना इमारती म्हणणं खरं म्हणजे धाडसाचं ठरेल, अगदी मोडकळीला आलेल्या होत्या. आम्ही कायदेशीर जागेवर तरी राहतोय की नाही याचाही आम्हाला पत्ता नव्हता. नवीन मजला बांधताना कोणी कोणाला विचारत वगैरे नसे. बांधकामातलं कळणाऱ्या एखाद्या माणसाचा सल्ला घेत नसत. खाणारी तोंडं वाढत पण उत्पन्न मात्र तेवढंच अशी गत असायची. वाट्टेल तसे बांधलेले मजले एकमेकात घुसल्यामुळे जरादेखील उजेड पडत नसे. संध्याकाळी एजाज टॉर्च लावून आम्हाला त्या अंधाऱ्या आणि फसव्या रस्त्यांवरून घेऊन जायचा म्हणून त्याचं नाव आम्ही चेंबूरचा पुंगीवाला ठेवलं होतं.

जरी नर्गिस, गुलशन आणि मी आमच्या भावाचा व्यवस्थित मान ठेवायचो तरी शेजाऱ्यांची पोरं मात्र अवलक्षणी कार्टी होती. रस्त्यात थांबून मिठाईच घे, मांजराच्या मागे पळ नाहीतर माझ्या भावाला इकडेतिकडे बघायला लावून शाळा चुकवायचे बेत कर असले उद्योग करायची. तो त्यांच्यावर पाळत ठेवून असायचा आणि त्रासिक चेहऱ्यानं त्यांच्या आईवडिलांकडे तक्रार करण्याची धमकी द्यायचा. ती मात्रा बरोबर लागू पडायची आणि सगळी पोरं एका रेषेत त्याच्या मागे शाळेत जायला चालू लागायची. माझी शाळा बाकीच्या मुलामुलींच्या

आधी सुटायची त्यामुळे मी एकटीच चालत घरी यायचे.

मी साधारण सहा वर्षांची होते तेव्हा माझ्यासाठी सगळ्यात वाईट दिवस उगवला. घरचा अभ्यास केला नाही म्हणून शाळेतल्या बाई आम्हाला रागवत होत्या आणि नेमकं तेव्हाच मी आणि माझी मैत्रीण अमिरा फिदिफिदि हसत होतो. ते आमच्या चांगलच अंगलट आलं. त्यांनी आम्हाला एकमेकींपासून दूर बसवून जास्तीचा गणिताचा अभ्यास दिला. शिवाय मला एक ते शंभर आकडे इंग्लिशमध्ये आणि तेही कॅपिटल अक्षरात लिहायचे होते. माझ्या मते, सहा वर्षांच्या मुलीसाठी हे जरा अतिच होतं. स्वतःची समजूत काढण्यासाठी घरी परत जाताना मी संत्र्याची गोळी घ्यायची ठरवली. कृत्रिम रंगात घोळवलेल्या त्या चकचकीत गोळ्या मी जीभ बधिर होईपर्यंत चघळत राहायचे. या गोळ्या लहानपणी माझ्यासाठी फार महत्त्वाच्या होत्या. आजही मी मुलांना पार्लेच्या संत्र्याच्या गोळ्या विकत घेताना बघते. खरंच, काही गोष्टी कधीच जुन्या होत नाहीत.

त्या दिवशी दप्तराच्या दोन्ही पट्ट्यांना धरून दप्तराचं ओझं सांभाळत, गोळी चघळत रमतगमत शाळेतून घरी चालले होते. माझ्या अंदाजाप्रमाणं दप्तराचं वजन माझ्या वजनाच्या दुप्पट तरी होतं. बोळात शिरल्याबरोबर मी सवयीप्रमाणे प्रत्येक पॉटहोलच्या खड्ड्यावरून उड्या मारत होते. पावसाळ्यात हे खड्डे रस्त्यावर वाहणाऱ्या पाण्यात अदृश्य होऊन जात असत. आम्ही त्यात पडू नये म्हणून अम्मीने जबरदस्तीने आम्हाला प्रत्येकाची जागा लक्षात ठेवायला लावली होती. कधी पेपरात खड्ड्यामध्ये पडून कोणाच्या अकाली मृत्यूची बातमी वाचली तर आमच्याकडून त्यांच्या जागा पुन्हा वदवून घेतल्याशिवाय तिला चैन पडत नसे.

अजूनही मी गोळी चघळत, वर्गशिक्षिकेच्या नावाने बोटं मोडत आणि खड्ड्यांवरून उड्या मारत चालले होते. तितक्यात माझ्या कानावर एका फेरीवाल्याचा आवाज पडला. 'बिस्किटे, समोसे, गरमागरम, भजी'! तो पुन्हा पुन्हा स्वत:च्याच शैलीत हाकारत होता. जवळ आल्यावर तर त्याचा आवाज जास्तच गोड वाटत होता आणि तोंडाला पाणी सुटत होते.

मला अचानक जाणीव झाली की आपल्याला खूप भूक लागली आहे. मी खिशात हात घालून काही सुटे पैसे आहेत का ते चाचपून

पाहिलं. पण हाताला काहीच लागलं नाही. सगळे पैसे मी भरमसाट गोळ्या घेण्यात संपवून टाकले होते.

"भैया, ओ भैया! मला एक बिस्कीटपुडा द्याना," मी त्याला रस्त्यात गाठले आणि सगळ्या पदार्थांवर नजर फिरवत म्हणाले. समोसे घरी होते हे मला माहीत होतं. फरसाण वगैरे मला नको होतं आणि फेरीवाले नेहमी शिळी भजी विकतात हे पण मला ठाऊक होतं. त्यामुळे मला बिस्कीटपुडाच हवा होता. मी माझ्या आवडीची वेलची बिस्किटे घेतली. 'पाच रुपये', पुडा माझ्या हातात ठेवत तो म्हणाला. माझ्याकडे पैसे नसल्यामुळे मी मान खाली घालून काकुळतीने त्याला माझ्या घरी येण्याची विनंती केली. मला खात्री होती की आईकडे थोडेतरी पैसे असणार.

"माझ्याकडे एवढा वेळ नाहीये!" पुडा परत मागत तो खेकसला. पण मला तर बिस्किटे पाहिजेच होती म्हणून मी जरा उजवीकडच्या कोरड्या गटारांमध्ये डोकावलं. कधीकधी नशिबानं आम्हा पोरापोरींना तिकडे एक दोन नाणी सापडत असत. पण त्या दिवशी मात्र तिकडे काहीही दिसत नव्हतं. सगळ्या आशा सोडून मी बिस्कीटपुडा परत करणार इतक्यात मला एक अफलातून कल्पना सुचली. निदान मलातरी ती तशी वाटली. "थांबा भैय्या!" असं म्हणत मी वाकले आणि पायातलं पैंजण काढत म्हणाले, "पैशाच्या बदल्यात हे ठेवून घ्या." मी मनातल्या मनात प्रार्थना करत होते की त्या माणसाने पैंजण घेऊन बिस्कीटपुडा द्यावा; पण मी चालवलेली अक्कल पाहून तो गोंधळून गेला होता. एक क्षणभर त्याचा चेहरा शंकेनं झाकोळला, पण पुढच्या क्षणी हसत हसत त्यानं तो दागिना माझ्या हातातून घेतला आणि हे घे बेटा, असे म्हणत त्याने अजून एक बिस्कीटपुडा माझ्या हातात ठेवला.

माझ्या या कामगिरीवर प्रचंड खूश होऊन मी दोन्ही पुडे खाऊन संपवले आणि माझ्या पराक्रमाची गोष्ट सांगायला धावत घरी गेले. रिकामे पुडे मी पुराव्यादाखल जवळच ठेवले होते; कारण माझी भावंडं माझ्या असल्या पराक्रमांना माझ्या कल्पनांचे खेळ समजून उडवून लावायचे. गुलशन आणि मी जवळपास एकाच वेळी घरी पोचलो. तिच्या हातात दोनचार गोळ्या देऊन मी तिला घडलेला वृत्तान्त

सांगायला सुरुवात केली. जेव्हा मी तिला बिस्कीटपुडा आणि पैंजणांचा व्यवहार सांगितला तसा तिच्या चेहऱ्याचा रंगच उडाला. ''डोकं फिरलंय का तुझं?'' ती मला गदागदा हलवून विचारायला लागली. मी एकदम गप्पच झाले. मला नक्की काय झालंय हेच कळत नव्हतं. ''शांत हो की जरा, एवढं काय झालंय? तुला एकही बिस्कीट दिलं नाही म्हणून चिडली आहेस का?'' मी वैतागून म्हणाले.

''अगं मूर्ख मुली! तुझे पैंजण सोन्याचे होते. खऱ्याखुऱ्या सोन्याचे! तुला माहीत तरी आहे का ते किती महाग असतं?'' माझ्या काळजात धस्स झालं, हातापायाला घाम फुटला. मला सोन्याची नक्की किंमत माहीत नसली तरी ते प्रचंड महाग असतं हे मला माहीत होतं. कितीतरी बायका आपल्या मुलींच्या लग्नात सोनं घ्यायला नवऱ्याच्या अपरोक्ष पैसे काढतात, किंवा वेगळे साठवून ठेवतात हे मी ऐकून होते. एका बाईच्या मुलीनं तर म्हणे तिच्या होणाऱ्या नवऱ्याला सोन्याचा आहेर पसंत पडला नाही म्हणून आत्महत्या केली होती.

मी प्रचंड घाबरले. माझ्या डोक्यात चक्र सुरू झाली. मी पुन्हा पळत जाऊन त्या माणसाला शोधू? की माझी पुस्तकं विकू? तसाही मला अभ्यासात फारसा रस नव्हता. मी एखादी नोकरी करू का? मी अशा सगळ्या उपायांची यादी करेपर्यंत गुलशननं अम्मीला जाऊन सगळा प्रसंग जसाच्या तसा सांगितला. त्या क्षणी पडलेली थप्पड ही माझ्या आठवणीतली मला पडलेली पहिली थप्पड! तशी ती फार जोरात नव्हती. खरी गंमत तर अब्बा घरी आल्यावर झाली.

जेवताना माझा प्रताप त्यांच्या कानावर गेला. माझ्या सहा वर्षांच्या आयुष्यात पहिल्यांदा ते माझ्याबद्दल तक्रार ऐकत होते. बऱ्याचदा अब्बा दिवसभरातल्या गोष्टींचा राग एजाज आणि रियाजवर काढायचे. अशी वेळ माझ्यावर आली तर, या विचारांनी त्या वेळी मी थरथर कापायचे. इकडे जसजसं आई आणि गुलशन माझ्या मूर्खपणाबद्दल सांगत होत्या तसे माझ्या छातीचे ठोके वाढत होते. पाय लटपटत होते आणि दोन्ही हात मागे बांधून मी पुढे काय वाढून ठेवलं आहे याचा विचार करत होते.

''काय करून ठेवलंय बघा पोरीनं! जीव घेईल माझा ही एक दिवस! मी किती काय काय करून तिच्यासाठी ते पैंजण घेतले

होते,'' अम्मी म्हणाली.

''अब्बा,'' मी रडत रडत बोलू लागले. माझं नाक गळायला लागलं होतं. ''अब्बा, मला माफ करा! मी तुम्हाला वचन देते की मी काहीतरी काम करेन आणि तुमचे पैसे परत करेन. आणि गोळ्याबिळ्या तर अजिबात खाणार नाही. मुळात तुम्ही मला सोन्याचं पैंजण दिलंच कशाला? सहा वर्षांच्या मुलीला कुणी सोनं देत का? आणि ते इतकं महाग असतं हे मला का नाही सांगितलं? मला काय माहीत सोनं काय असतं?'' सगळा दोष अम्मी-अब्बांवर ढकलून आपण थोडक्यात सुटू शकतो असा मी विचार केला. हे सगळं ऐकून एक क्षण ते अवाक् झाले. आणि पुढच्या क्षणी खो-खो हसू लागले. ''तू तुला हवी तेवढी बिस्किटं खात जा! शेजाऱ्यापाजाऱ्यांना असं वाटायला नको, की आम्ही आमच्या मुलांना उपाशी ठेवतो. उद्यापासून रेश्माला बिस्किटं घ्यायला रोज पाच रुपये देत जा,'' ते म्हणाले आणि मला अजून थोडं जेवण वाढत म्हणाले, ''बारकुळे, जेव आता.'' त्यांनी त्यांचं ताट उचललं आणि बेसिनमध्ये ठेवलं. माझं जेवण आटोपलं आणि अब्बांच्या विचित्र प्रतिसादावर सगळ्यांची चर्चासुद्धा करून झाली. मग आम्ही सगळे चहा प्यायला बसलो. ''रेश्मा, हे असले उद्योग तू नाही करणार तर कोण करणार?'' अब्बा हसत हसत म्हणाले, ''तुझा जन्म झाला त्या दिवशीची गंमत तुला माहीत आहे का? तू पुढे जाऊन एक नंबरची खट्याळ आणि उपद्व्यापी होणार आहेस हे मला त्याच दिवशी कळलं होतं.''

मी नकारार्थी मान डोलावली आणि त्या दिवशीची गोष्ट सांगा म्हणून त्यांच्या मागे लागले. बाकीची मंडळीसुद्धा तो किस्सा ऐकायला सरसावून बसली.

माझ्या जन्माची अभूतपूर्व घटना घडताना अम्मीचे दोन मनसुबे उधळले गेले. एकतर मी तिला हवी तेव्हा आणि हवी तिथे जन्मले नाही आणि दुसरं म्हणजे जो मासा घेण्यासाठी तिनं जीव तोडून वाद घातला होता तो तिला विकत घेता आला नाही. त्या प्रसंगाचं वेगवेगळं वर्णन मी अब्बा, अम्मी, रियाज आणि एजाजकडून ऐकत आले आहे. गुलशन आणि नर्गिस माझ्या जन्माच्या वेळी तशा लहानच होत्या, पण नर्गिसचं वर्णन सगळ्यात जास्त पटण्यासारखं होतं.

१९९६च्या ऑक्टोबरमध्ये, कोणतीही दयामाया न दाखवता अविरत धो धो कोसळणाऱ्या मुंबईच्या मान्सूनने थोडी विश्रांती घेतली होती. ना धड ऊन ना धड ना पाऊस असं वातावरण होतं. सकाळी प्रचंड उकाडा आणि रात्री गारठा अशी विचित्र हवा होती. अशा चांगल्या हवामानावर अम्मीचा मात्र अजिबात विश्वास नव्हता. सगळं सुरळीत असलं तरी नेहमी सावध असावं हे तिला आजवरच्या आयुष्यानं शिकवलं होतं. ही उघडीप फार काळ राहणार नाही. पुन्हा पावसाला सुरुवात होऊन गटारी भरून वाहू लागतील आणि रस्ते चिखलमय होतील अशी तिला भीती वाटत होती. पाऊस सुरू झाल्यावर या अवघडलेल्या परिस्थितीत तिला घराबाहेर पडायचं नव्हतं. तिनं आपली मोठी बहीण सलमासमोर बिनतोड युक्तिवाद केला. तिचं म्हणणं एकच होतं. बऱ्याच दिवसांनी पाऊस थांबला आहे. बाळंतपणाची तारीख दोन आठवड्यांवर आली आहे. सलमामासीला सुद्धा माहीत होतंच की काही झालं तरी आमच्या घरचं रुटीन सुरळीत सुरू राहायला हवं होतं. मासे आणून फ्रिझरमध्ये साठवून ठेवणं गरजेचं होतं. अम्मीला नवऱ्याबरोबरच आपल्या चार पोरांच्या पोटापाण्याची व्यवस्था करायची होती. सलमामासीनं कितीही उसासे सोडले, कटकट केली तरी तिला आपल्या पोटुश्या बहिणीचा हट्ट ऐकावाच लागला आणि तिच्याबरोबर चेंबूरच्या कोळीवाड्याला जावं लागलं.

मुंबईच्या मच्छीबाजारात खरेदी करणं श्रीमंत लोकांसाठी डोकेदुखी असली तरी आमच्यासारख्यांसाठी तो रोजच्या जगण्यातलाच एक भाग असतो. बाजारात पाय ठेवताक्षणी कसले कसले आवाज येतील आणि काय चित्रविचित्र नजरेस पडेल याचा अजिबात नेम नसतो. उन्हाचे चटके बसायला लागतात. लहानपणी आम्ही एकमेकांच्या डोक्यावर हात ठेवून कोणाचं डोकं जास्त तापलं आहे ते बघायचो. का कुणास ठाऊक पण त्या खेळात नेहमी एखादी मुलगीच जिंकायची. अशा ठिकाणी जाताना पायात स्लीपर किंवा टिकाऊ काहीतरी असलेलं चांगलं. मासे ताजे राहावेत म्हणून ठेवलेल्या बर्फात इकडचा तिकडचा कचरा आणि धूळ मिसळून रस्त्यांवर घाणीचे ओघळ पसरलेले असायचे. घरी परत आल्यावर पाय आणि चपला घासूनपुसून धुण्याचा कार्यक्रम पार पाडवा लागत असे.

तर १३ ऑक्टोबर १९९६ च्या दिवशी सकाळी अम्मी आणि मासी चिंबोरी बासा, पापलेट आणि बंगालची खासियत भेटकी वगैरे बघत मच्छीबाजारात हिंडत होत्या. त्या दिवशी अतिशय दमट हवा पडली होती. कपडे चुंबकासारखे अंगाला चिकटले होते. गर्दी टाळायला म्हणून अम्मी लवकर बाहेर पडली होती खरी; पण कितीही लवकर गेलं तरी मच्छीबाजार हा माणसांनी भरलेलाच असतो. साड्या घट्ट खोचून जाडजूड कोळिणी 'सरका, सरका, बाजूला व्हा,' म्हणत डोक्यावर ताज्या मालाच्या टोपल्या सांभाळत फिरत असतात. या कोळिणी आपल्या पोराबाळांना कसं वाढवत असतील याचं अम्मीला नवल वाटायचं. तेव्हा बायका कामासाठी वगैरे जास्त बाहेर पडत नसत. अर्थात अजूनही तसा फारसा बदल झालेला नाहीच.

आपलं दुकान थाटायला मोक्याची जागा शोधण्यासाठी कोळिणींमध्ये रस्सीखेच चालत असे. कमी माल असलेल्या कोळिणी एकत्र येऊन एकाच जागी दुकान थाटायच्या. त्यामुळे त्यांना माल विकायला सोपं पडायचं. लोक एकमेकांना धक्काबुक्की करत गर्दीतून वाट काढत पुढे जायचे. एखादं कुणी हरवायला नको म्हणून घरातली माणसं एकमेकांचा हात धरूनच फिरायची. असा सगळा गोंधळ असताना एखादी दिवस गेलेली बाई मच्छीबाजारात फिरकली तरी असती का? पण माझी अम्मी इतर बायकांसारखी नव्हतीच मुळी. कितीतरी बायका सकाळी सकाळी खरेदीला जाणं टाळत असत; पण अम्मी मात्र नेहमीच लवकर जायची. कोणत्याही विक्रेत्याला पहिली विक्री म्हणजे बोहनी फार महत्त्वाची! अशावेळी पैशासाठी घासाघीस करणं म्हणजे पायांवर कुऱ्हाड मारून घेण्यासारखं असतं. काही लोक बोहनीच्या वेळी खरेदी करायला नाकं मुरडतात कारण भाव करता येत नाही. 'माझ्या पूर्ण दिवसाचा धंदा यावर अवलंबून आहे', किंवा 'देव तुमचं भलं करेल', 'नाहीतर तुम्हाला एकदम चांगला मासा मिळेल,' अशी कारणं देऊन विकणारे काहीही किमती सांगतात. आपण भारतीय लोक पैशाच्या बाबतीत कितीही व्यवहारी असलो तरी अंधश्रद्धेला बळी पडतोच. त्यामुळे अशावेळी फार कमी लोक घासाघीस करायची हिंमत करतात. माझी अम्मी त्यातलीच एक होती. दुकान मांडायला निघालेल्या एका बाईच्या ढकलगाड्याला अडवून अम्मी समोरचे पापलेट निवडून पाहू लागली.

"१५० रुपये होतील तेवढ्याचे," कोळीण म्हणाली. "काहीही काय?" एक उसासा टाकत अम्मीनं दुसरा मासा उचलला, कोळिणीनं सुरी काढली आणि खुणेनं कुठला तुकडा कमी भावात मिळेल ते दाखवलं "एवढ्याचे शंभर रुपये," ती म्हणाली. "ऐंशी," अम्मीने तुकडा पिशवीत टाकून म्हटलं, "नाही हो! असं कसं?" असं म्हणत तिनं गिऱ्हाईक पटवण्याचे जुने-पुराणे डावपेच टाकायला सुरुवात केली.

"त्यापेक्षा मी तुम्हाला फुकटच देते ना, गरीब कोळिणीकडून भेट म्हणून." "असं फुकट बरं घेईन मी?" "तुला द्यायचं नसेल तर मी दुसऱ्या गाड्यावर जाते," अम्मी हसून म्हणाली. "पण माझी बोहनी जाईल. अख्खा दिवस खराब होईल," तिची बडबड सुरूच होती. वाद वाढायला लागला आणि तो थांबवायचा एकच योग्य मार्ग होता, तो म्हणजे मी या जगात अवतरण्याची तयारी करणं. पण अम्मीच्या मते मी अगदी चुकीची वेळ निवडली! तिनं कोळिणीला किती कष्टानं ऐंशी रुपयात जवळजवळ पटवलं होतं; पण तेवढ्यात अम्मीनं मावशीचा हात दाबला आणि म्हणाली, 'मला दवाखान्यात घेऊन चल.' आईला कळा सुरू झाल्या होत्या. मावशीनं गर्दीतून वाट काढत रिक्षा थांबवली. रिक्षावाल्यानं भरधाव पळवत रिक्षा चांद हॉस्पिटलसमोर थांबवली आणि मग एक छोट्याशा खोलीत १३ ऑक्टोबर १९९६ला माझा जन्म झाला. या जुन्या गोड आठवणींना उजाळा देता देता मी केलेला उपद्व्याप सगळे विसरून गेले. माझ्या बालिश प्रश्नांना उत्तरं देऊन झाल्यावर झोपायची तयारी सुरू झाली. नेहमीसारख्या सतरंज्या घालून आम्ही ओळीनं झोपलो. "किती टोचतंय!" मी तक्रार केली. नेहमीप्रमाणे अम्मी म्हणाली, "सतरंजी जितकी पातळ तितकी पाठीकरता चांगली." आपली खडबडीत बोटं जमिनीवर टेकवत, वाकून तिनं माझ्या कपाळावर ओठ टेकवले. "माझी छकुली! माझा खूप जीव आहे तुझ्यावर! चुका तर सगळ्यांकडूनच होतात. त्यात काय इतकं?" मी पेंगत असताना ती माझ्या कानात कुजबुजली. तिनं मनगटावर लावलेल्या सुवासिक तेलाचा वास माझ्या नाकात शिरला. अम्मीचं माझ्यावर किती प्रेम आहे हे ऐकल्याशिवाय मी झोपायचे नाही. मुंबई बदलली, आमचे स्वभाव बदलले; पण काही गोष्टी मात्र कायम तशाच राहिल्या आहेत.

अम्मी

"तू लहान असताना अम्मीला कशी हाक मारायचीस ते आठवतं तुला?" गुलशन विचारत होती. मी जमिनीवर बसून रडत होते. नाश्ता करायलाही तयार नव्हते. मला अम्मी हवी होती. मला तिची आठवण येत होती. आमच्या गल्लीत सगळे जण आठवणींमध्येच रमलेले असायचे. भविष्यात काय वाढून ठेवलंय याचा पत्ता नसल्यामुळे आम्ही जुन्या आनंदी आठवणींमध्येच अडकलेले असायचो. "तुला तुझे मुलांसारखे कपडे किंवा भैयाने आणलेली काचेची खेळणी आठवतात का?" काहीतरी विचारून गुलशन मला रमवू पाहत होती. पण मी तिच्या प्रयत्नांना अजिबात दाद देत नव्हते. माझ्या लहानपणी खेळण्यातले काचेचे घोडे आणि मांजर तेही फक्त सहा वर्षांच्या मुलीसाठी म्हणजे आमच्यासारख्यांसाठी चैनीची परमावधी! आणि धोक्याचेसुद्धा! फुटलेबिटले तर? पण फुटण्याच्या काळजीपेक्षा ही खेळणी आली कुठून हे माहीत असणं जास्त गरजेचं होतं. इथेच कुठेतरी पूर्वी कधीतरी एका खेळणीवाल्याने तेरा वर्षांच्या चिमुरडीवर बलात्कार केला होता. त्याला खांबाला बांधून लोकांनी त्याची पोलीस येईपर्यंत धुलाई केली होती. गुलशनला पुन्हा या प्रसंगाची आठवण करून द्यावी लागली नाही; कारण अम्मीनंच अनेक वेळा सांगून-सांगून अनोळखी लोकांबद्दल दहशत निर्माण करून ठेवली होती. त्यामुळे आताही डोक्यात त्या गोष्टीचा विचार आलाच.

अम्मीचं जन्मनाव खाखानुमा होतं. लहान मुलांना उच्चारायला तसं अवघडच. मी तिला काखा म्हणायचे. त्या दिवशी मी रडत होते कारण सलग तिसऱ्या दिवशी मी झोपेतून उठायच्या आतच अम्मी

कुठेतरी बाहेर गेली होती. मी आठ वर्षांची होते आणि अम्मीचं इतका काळ न दिसणं हे माझा बांध फुटायला पुरेसं होतं. दहावीत असल्यानं एजाजचा दिवस लवकर सुरू व्हायचा. बोर्डाची परीक्षा असल्यानं त्याला पहाटेच्या शिकवण्यासुद्धा होत्या. १२ वर्षांची गुलशन आणि १४ वर्षांची नर्गिस मला आवरून शाळेत पाठवायच्या तयारीत होत्या. पण माझं रडणं काही थांबत नव्हतं. नर्गिसनं हातात पाण्याची बाटली आणि डबा दिला आणि गुलशन माझं दप्तर घेऊन मला बळेच घरातून बाहेर घेऊन आली. पूर्ण रस्ताभर ती माझं दप्तर घेऊन चालत होती. गुलशनला आणि मला शाळेच्या गेटवरच माझी मैत्रीण अमीरा भेटली. तिला पाहताक्षणी मी सगळं रडणंबिडणं विसरले. आणि आम्ही शाळेतल्या गप्पांमध्ये दंग झालो. जमीना हल्ली शाळेत येत नव्हती. तिचं लग्न झाल्याचं कानावर येत होतं. ती फक्त १३ वर्षांची होती. आमच्या कुचाळक्या सुरू झाल्या. ''ज्याची आपल्याला माहिती नाही त्या गोष्टीत नाक खुपसू नये. एक दिवस लोक तुमच्याबद्दलसुद्धा असंच काहीतरी बोलतील,'' माझ्या डोक्यावर चापट मारत गुलशन म्हणाली. अमीरा आणि मी फिदिफिदि हसत शाळेत निघालो. गुलशन आणि नर्गिस आजकाल शाळेत का येत नाहीत हे तिला विचारायचंच राहून गेलं. मला खरंतर शाळेचा तिटकारा होता. चार भिंतीत अडकून बसण्यापेक्षा बाहेर खेळण्यात मला जास्त रस होता. आपण कितीही चुकलो, लपवाछपवी केली तरी सहज निसटू शकतो हे लक्षात आल्यावर मी या बाबतीत जास्तच निर्ढावले. शाळा बुडवून खुशाल पावसात भिजत बसायचे. शाळेतल्या बाईंनी घरच्या अभ्यासाची वही मागितली, तर तुमच्याकडेच दिली होती, हरवली की काय असा उलटाच कांगावा करून वेळ मारून न्यायचे, नाहीतर वर्गात मुद्दाम जोरजोरात गप्पा मारायचे म्हणजे शिक्षक वर्गाबाहेर हाकलून लावतील. अर्थात कधीकधी हे प्रकार माझ्यावरच उलटत असत. पण एक दिवस माझ्या असं लक्षात आलं काही गोष्टी बदलत चालल्या होत्या. मला आता जास्त जबाबदारीने वागावं लागणार होतं, कारण एक मोठं संकट आमच्या घरावर कोसळलं होतं.

तो २००३ सालचा मार्च महिना होता. त्या दिवशी शाळा सुटल्यावर मी मैत्रिणींबरोबर खेळायला गेले. बऱ्याच दिवसांनी बाहेर छान हवा

पडली होती. आम्ही लपंडाव आणि ठिकरी खेळत होतो. मला यायला उशीर होईल हे मी गुलशन आणि नर्गिसला सांगायचं विसरले. खेळूनबिळून संध्याकाळी ५ ते ६च्या सुमारास घरी पोचले तेव्हा गुलशन, नर्गिस आणि एजाज काळजी करत बसले होते. नेहमीप्रमाणे अम्मी, रियाज आणि अब्बा घरी नव्हते. मी आपल्याच धुंदीत सिनेमाची गाणी म्हणत घरात शिरले. त्यांच्या घाबरलेल्या चेहऱ्याकडे माझं लक्षसुद्धा गेलं नाही. "कुठं होतीस तू? शाळेतून सरळ घरी यायचं सोडून कुठे भटकत होतीस?" मला गदागदा हलवत गुलशन खेकसली. "अगं थांब!" मी तिला ढकलत ओरडले. "मोठ्या बहिणीवर ओरडण्याची हिंमत कशी झाली तुझी? लाडावलीये कार्टी! आम्ही आत्ता रियाजला बोलवायच्या बेतात होतो. जर अम्मी, अब्बांना कळलं असतं की तू अजून घरी आली नाहीयेस तर त्यांना किती काळजी वाटली असती सांग बरं!" एजाज म्हणाला. "जा जाऊन हात पाय धू. काय अवतार झालाय?" गुलशनचं टुमणं चालूच होतं. "तू माझी अम्मी नाहीयेस आणि मी काय करायचं हे मला सांगायचा अधिकार तुला नाही. नर्गिस आणि तू मागचा अख्खा आठवडा शाळेत गेला नाहीत. तुम्ही अशाच वागणार असाल तर मीही जाणार नाही." गुलशनच्या पायात दप्तर भिरकावत मी रागात ओरडले. माझी मुक्ताफळं ऐकून गुलशन क्षणभर अवाक् झाली आणि एकदम ओक्साबोक्शी रडायला लागली. तिच्याबरोबर माझाही बांध फुटला. खरं म्हणजे मला आठवतंय तेव्हापासून आम्ही तिघी मैत्रिणींसारख्याच होतो. त्या दोघी कधीच मला हे कर ते कर करायच्या नाहीत. पण गेले काही दिवस हे चित्र बदललं होतं. त्याच मला शाळेत पाठवायच्या, माझ्या अभ्यासावर पण लक्ष ठेवायच्या, स्वयंपाक वगैरेसुद्धा करायच्या आणि माझ्यावर हुकूम सोडायच्या. मला त्यांचा ढोंगीपणा सहन होत नव्हता. अम्मीच्या घरात नसण्याचा फायदा घेऊन त्या तिची जागा घेऊ पाहत होत्या. मला काही सांगतही नव्हत्या. काही घडलंच नाहीये असं दाखवण्याचा माझा संयम संपला होता. अम्मीची जागा घेणं म्हणजे चक्क तिच्याशी गद्दारी होती. अम्मी आसपास नसताना सगळं सुरळीत कसं असेल. आमचं रोजचं वेळापत्रक कोलमडलं होतं. मला त्या दोघींचा प्रचंड राग आला होता. त्यांना वाटलंच कसं की त्या अम्मीच्या जागा घेतील? आणि त्या काही

माझ्यापेक्षा फार मोठ्यासुद्धा नव्हत्या. एजाजनं आम्हा सगळ्यांना शांत केलं. "हे बघ रेश्मा! अम्मी, अब्बा आणि रियाज एका महत्त्वाच्या कामासाठी बाहेर गेलेत. पण अम्मी लवकरच परत येणार आहे. तू जर अशी बारीक झालेली, वाळलेली दिसलीस तर तुला उपाशी ठेवलं म्हणून आम्हाला बोलणी खावी लागतील. ती येईपर्यंत तू तुझ्या बहिणींना मदत कर. त्या तुझी किती छान काळजी घेतात बघ बरं! चल, डोळे पूस. तू काही खाल्लं आहेस का? तुला भूक लागली असेल ना? गुलशनने तुझ्यासाठी बिर्याणी बनवली आहे." माझी कळी कशी खुलवायची हे एजाजला बरोबर माहीत होतं. त्या वेळी बिर्याणी म्हणजे माझा जीव की प्राण होता. अजूनही आहेच. मी लगेच हात तोंड धुवून पडद्यापलीकडे असलेल्या स्वयंपाकघरात धावले. गुलशन स्टीलच्या पातेल्यात बिर्याणी गरम करत होती. अजूनही ती मुसमुसत होती. मला ते पातेलं अजूनही आठवतं, कारणं ते अगदी काळकुट्ट झालेलं होतं. कित्येक रविवारी मी चोथा आणि साबण घेऊन ती काजळी घासून काढायचा प्रयत्न करायचे. वेळ घालवायला चांगलं काम होतं ते. पण मी ते पातेलं कधीच चमकवू शकले नाही. मी खाऊन घेतलं, घरचा अभ्यास पूर्ण केला आणि झोपून गेले. अम्मी, अब्बा आणि रियाज नेहमीप्रमाणे रात्री उशिरा आले. ज्या क्षणी दाराचा आवाज झाला मी सावध झाले. मला पावलांचे आवाज आले. दार करकरत उघडल्याचा आवाज आला. मी डोळे किलकिले करून पाहिले. तीन आकृत्या आत शिरताना दिसल्या. ते अम्मी, अब्बा आणि रियाज आहेत याची खात्री होताच मी समाधानानं पुन्हा झोपी गेले. दुसऱ्या दिवशी रविवार होता. मी रोजच्यापेक्षा जरा उशिरा उठले. अम्मीला घरी पाहून आनंदाने पलंगावरून उडी मारली आणि सरळ तिच्या मिठीत शिरले. तिला बघून मला थोडी भीतीही वाटली, कारण ती आधीपेक्षा खूप वेगळी दिसत होती आणि माझ्या धसमुसळेपणामुळे तिला काही लागलंबिगलं तर असं वाटून गेलं. ती इतकी बारीक झाली होती की तिचे कपडे ढगळे दिसत होते. नेहमी काळेभोर दिसणारे तिचे केस आज निर्जीव आणि निस्तेज दिसत होते.

"कुठं होतीस तू अम्मी?" मी ओरडले. अब्बांनी मला अलगद तिच्या मांडीवरून उचललं. "अगं, ती आमच्या बरोबर होती," अब्बा

म्हणाले. "हो, पण कुठं? काय करत होतीस?" माझं टुमणं सुरूच होतं. "रेश्मा जरा शांत बस! किती प्रश्न विचारशील? तू आपलं काम कर बरं," रियाज म्हणाला. माझी बडबड लगेच बंद झाली. खरं म्हणजे आता मला कोणतीही उत्तरं नको होती कारण मला माझी अम्मी मिळाली होती. मी अम्मीच्या शेजारी बसून खेळू लागले. गुलशन सारखी मला पेल्यातलं दूध संपवायला सांगत होती. आमच्याकडे एखादा कुत्रा असता तर मी ते दूध हळूच त्याला पाजलं असतं. अम्मीनं पाणी पिऊन तिचा पेला बेसिनमध्ये ठेवला, आपली बॅग उचलली आणि निघाली. तिचे डोळे सुजलेले होते आणि ती थकलेली दिसत होती. "येते मी बेटा." अब्बा आणि रियाज दारात तिची वाट बघत होते. "जेवायला थांबणार नाहीस?" घशाशी आलेला आवंढा गिळत मी म्हणाले. घरात एक विचित्र शांतता होती जी माझ्या सारख्या छोट्या मुलीलासुद्धा जाणवत होती. "नाही बाळा! गुलशन वाढेल हं तुला!" ती म्हणाली आणि दार जोरात बंद झालं. अम्मीच्या घरी नसण्यामुळे काही दिवस मी उदास उदास असायचे. आठ वर्षांच्या मुलीसाठी ते फार मोठं दुःख होतं. मीसुद्धा शाळेत जाणं सोडलं होतं. माझ्या नकळत दिवसभर माझ्या डोळ्यात पाणी असायचं; पण मी गप्प गप्प राहत असल्यामुळे ते कुणाच्या लक्षात पण यायचं नाही. अम्मी सारखी सारखी इतक्या वेळा कुठं जाते हेच मला समजत नव्हतं. मला कुणीतरी काहीतरी सांगावं असं वाटायचं. काहीतरी भयानक घडत होतं. आणि मुद्दाम माझ्यापासून लपवून ठेवलं जात होतं. दरवेळी अम्मी घरी परतायची तेव्हा तिचे केस वर्षानुवर्षे अंघोळ न केल्यासारखे विस्कटलेले आणि कोरडे दिसायचे. तिच्या बुरख्यावर केसांचे पुंजके दिसायचे. अब्बा तिला घरातल्या एकमेव कॉटवर आधार देऊन बसवायचे. ती आता जास्तच अशक्त झाली होती. ती घरात शिरताच आडवी व्हायची. काही खायची-प्यायची नाही. चहा-पाणीसुद्धा नको म्हणायची. हळूहळू अम्मी दिवसेंदिवस गायब राहायला लागली. एप्रिलच्या सुरुवातीला माझी सहनशक्ती संपली. एक दिवस मी जो हंबरडा फोडला. शहाणपणाचं अवसान गळून पडल होतं. मी शाळेत जायला तयार नव्हते. काही खायला तयार नव्हते. हुंदके देऊन देऊन रडत होते. मला अम्मी हवी होती. मला इतकं रडू येत होतं की

बहिणी जबरदस्ती पाणी पाजायचा प्रयत्न करत होत्या तेही गिळता येत नव्हतं. त्यांना वाटलं की ही आता कुठल्याही क्षणी बेशुद्ध पडणार. कुणीतरी एजाजला तातडीनं बोलावणं पाठवलं. त्याने नक्कीच अब्बांना कळवलं असणार. कारण थोड्या वेळातच अब्बा घरी आले. आणि माझी दयनीय अवस्था त्यांच्या नजरेस पडली. अब्बा आणि गुलशन काहीतरी कुजबुजत होते. ''तिला कसं सांगणार?'' अब्बा म्हणाले. ''सांगायलाच हवं. जर तीन वर्षं मोठ्या असलेल्या नर्गिसला माहीत आहे, तर रेश्माला का नाही? बघा तरी तिची अवस्था! तिला आता सांगावंच लागेल. ती शाळेतसुद्धा जात नाही. असं करून कसं चालेल?'' त्यांना गुलशननं खूप समजावलं. अब्बा माझ्या जवळ बसले. माझे डोळे पुसले. आणि माझ्या खांद्यावर हात ठेवत ते म्हणाले, ''रेश्मा, तू खूप शूर मुलगी आहेस. तू मोठी झाली आहेस. म्हणून तुला मी काहीतरी सांगणार आहे. तू शहाणी आहेस ना?'' मी होकारार्थी मान हलवली. इतके दिवस लपवलेलं गुपित मलाही कळणार म्हणून मला आनंदही होत होता आणि एकीकडे भीतीही वाटत होती. कारण काहीतरी वाईट बातमी आहे याची मला कुणकुण होतीच. ''बाळा, अम्मी ठीक आहे आणि आमच्याबरोबरच आहे. तू काहीतरी खाऊन घे. मग मी तुला अम्मीला भेटायला नेईन आणि तुला सगळं सांगेन.'' माझ्यासमोर गुडघे टेकून माझे खांदे धरून माझे अब्बा मला समजावत होते. मी कसेबसे चार घास घशाखाली ढकलले, पायात चपला सरकवल्या आणि चला म्हणून त्यांच्या मागे लागले. अब्बांनी माझा हात धरला आणि आम्ही पायऱ्या उतरू लागलो. अब्बांनी रिक्षा थांबवली. आम्ही आमच्या टॅक्सीनं का जात नव्हतो; मला समजत नव्हतं! आम्ही दोघंही रिक्षात शांतच बसलो होतो. रिक्षावाला गर्दीतून वाट काढत होता. बाहेरची गरम हवा माझ्या तोंडावर येत होती. तेवढ्या प्रवासात अब्बा माझ्याशी फक्त एकदाच बोलले. त्यांनी मला आत सरकून बसायला सांगितलं. काही वेळानं आम्ही उतरलो, काही घासाघीस न करता अब्बांनी रिक्षाचं भाडं दिलं. मी मान वर करून पाहिलं तर आम्ही एका हॉस्पिटलसमोर होतो. अब्बांनी माझा हात धरून सोबतच रहा, असं बजावून सांगितलं आणि आम्ही दोघं लोकांच्या गर्दीतून वाट काढत आत घुसलो. कितीतरी माणसं रस्त्यावरच झोपली

होती. आत गेलो तर दुसऱ्या मजल्यावर असलेल्या आय.सी.यू.ला जायला लिफ्टमध्ये चढण्यासाठी लोक वॉचमनबरोबर हुज्जत घालत होते. आमच्याकडे ओळखपत्र असल्यामुळे ते दाखवून आम्ही लगेच वर आलो. बाकीचे लोक बिचारे तसेच बाहेर वाट बघत थांबले. मला भीतीनं घाम फुटला. आईच्या अंगाला पण इथल्यासारखाच वास यायचा. ते आठवून मला पुन्हा रडू येईल की काय असं वाटलं.

पण अब्बा इतके भरभर चालत होते की त्यांच्या मागं मला धावावंच लागत होतं त्यामुळे रडायला वेळच नव्हता. मला क्षणाची जरी उसंत मिळाली असती तरी माझा बांध फुटला असता. आम्ही एका मोठ्या दरवाज्याजवळ आलो. "लहान मुलांना आत प्रवेश नाही," आम्हाला बघताच गार्ड म्हणाला. "साहेब, तिची अम्मी आत आहे आणि ही घाबरलीय. तिला तिच्या अम्मीला पाहायचंय." अब्बा त्याला म्हणाले. "का? ती मरायला टेकलीय का? आत बाकीचे पेशंट आहेत. तुमची मुलगी उगीच दंगा करेल. मुलांना सोडणार नाही म्हणजे नाही," पान खात आणि हातातल्या फोनकडे पाहत त्याने पुन्हा तेच उत्तर दिलं. त्या माणसाचा निगरगट्टपणा आठवून मला आजही हादरायला होतं. तिकडे आय.सी.यू.मध्ये लोक जिवंत राहण्यासाठी धडपडत आहेत आणि इथे बाहेर तो नातेवाइकांचा असलं बोलून छळ करतोय. त्याला नोकरीवरच का घेतलं असेल हे मला समजत नव्हतं. "साहेब, मी तिला आत नेणार नाही. खांद्यावर बसवून खिडकीतून फक्त तिची अम्मी दाखवेन," अब्बा त्या निर्दयी माणसाला विनवत होते. दुसरा कुठलाही प्रसंग असता तर मी अब्बांना हात धरून मागे ओढलं असतं. त्यांना असं लाचार होताना पाहून माझं मन तिळतिळ तुटत होतं. पण इथं प्रश्न अम्मीला बघण्याचा होता. मीही त्याच्या समोर हात पसरायला तयार होते. मला रडू फुटलं. काय कटकट आहे असं वाटून त्यानं एक उसासा सोडला आणि नाइलाजानं मान हलवली. त्यानं वैतागून परवानगी दिली आहे हे त्याच्या चेहऱ्यावर स्पष्ट दिसत होतं. त्याला वाद घालायचा कंटाळा आला होता. आम्ही आय.सी.यू.च्या दिशेनं गेलो. एक नर्स त्या दारातून बाहेर आली आणि त्याबरोबर थंड, कोंदट हवेचा झोत आला. पण आम्ही आत गेलो नाही. मी कधीच त्यापूर्वी आय.सी.यू.मध्ये गेले नव्हते त्यामुळं मी घाबरले होते.

अब्बांनी मला खांद्यावर बसवलं. आता बऱ्याच गोष्टी तुकड्यातुकड्यात आठवतात. आजूबाजूच्या लोकांनी आठवण करून दिली की काही प्रसंग आठवतात पण अब्बांच्या खांद्यावर बसून आय.सी.यू.च्या दारातून न्याहाळतानाचा प्रसंग मी कधीच विसरू शकणार नाही.

हॉस्पिटलचा एक विशिष्ट वास, भांबावलेली माणसं, उद्‌ध्वस्त झालेली आयुष्यं, मधूनच कानावर पडणारं एखाद्याचं कुत्सित हसणं हे सगळं मिळून एक अस्वस्थ चित्र नजरेसमोर उभं राहतं. पण एक चित्र मात्र काल घडल्यासारखं डोळ्यासमोर येतं. एक अम्मी एका बेडवर झोपून होती. तिच्या तोंडात नळ्या घातल्या होत्या आणि दंडात सुया खुपसलेल्या होत्या. ती अर्धवट झोपेत होती. इतक्या दिवसांनी अम्मी कुठं आहे हे कळल्यामुळे एक क्षण मला खूप आनंद झाला; पण दुसऱ्या क्षणी भीतीची एक लहर माझ्या अंगातून गेली. त्या दाराच्या आसपास मला मृत्यूच्या अस्तित्वाची जाणीव झाली.

आम्ही रिक्षाने घरी परत आलो. अम्मीला मी हॉस्पिटलमध्ये येऊन गेल्याचं कधीच कळलं नाही. कळलं असतं तर ती बिथरली असती, कारण मी खूप लहान होते आणि अशा अवस्थेत मी पाहावं हे तिला आवडलं नसतं.

जाताना आम्ही चुपचाप होतो. पण येताना मात्र आम्ही अखंड बोलत होतो. मला कितीतरी प्रश्नांची उत्तरं हवी होती. अब्बा माफीच्या सुरात म्हणाले, "अम्मीची इच्छा होती की तुला काही सांगू नये, तिला वाटत होतं की तू अजून खूप लहान आहेस आणि तुला कशाला काळजीत टाकायचं!" "कसली काळजी अब्बा? तिला झालंय काय नेमकं?" अम्मीला पोटाचा कॅन्सर झाला होता. मी फक्त ८ वर्षांची होते त्यामुळे मला कॅन्सर म्हणजे काय हेही माहीत नव्हतं. मी पाहिल्यांदाच तो शब्द ऐकत होते. अम्मीच्या पोटात विषारी गाठीसारखं काहीतरी वाढत होतं आणि हे सगळं माझ्यापासून आजपर्यंत लपवून ठेवलं होतं. गुलशन आणि नर्गिसला घराकडे आणि माझ्याकडे लक्ष द्यायला शाळा सोडावी लागली. अम्मी खूपच आजारी होती. पण सुदैवानं त्याच दिवशी सकाळी तिचं ऑपरेशन झालं आणि ते यशस्वीही झालं. "ऑपरेशन आज झालं तर मग इतके दिवस ती कुठं होती?" मी विचारलं. "तिची केमोथेरपी चालू होती." अब्बा म्हणाले. गुलशन

आणि नर्गिसला अजूनही शाळेत जाता येणार नव्हतं, कारण अम्मीला मदतीची गरज होती. आणि पूर्णवेळ नर्स वगैरे ठेवणं आम्हाला परवडणारं नव्हतं. माझ्या डोक्यातसुद्धा नसलेल्या प्रश्नांची उत्तरं मला आज मिळाली होती. अम्मी आणि अब्बांचं लग्न झाल्यापासून अब्बांनी खूप कष्ट केले. आम्ही झाल्यावर स्वतःच्या गरजा न पुरवता आमच्या गरजा पूर्ण केल्या. ते सुरुवातीला एका ठिकाणी ड्रायव्हर म्हणून काम करायचे. त्यांना आठ हजार रुपये पगार होता. पगारातून पैसे वाचवून त्यांनी स्वतःची टॅक्सी घेतली. वीस वर्षांत त्यांनी दोन गाड्या घेतल्या आणि एकीवर ड्रायव्हर ठेवला. अम्मीला कॅन्सरचं निदान झाल्यावर त्यांनी काही निर्णय घेतले. तिला उपचारासाठी रियाज आणि अब्बा मुंबईच्या सगळ्यात मोठ्या खासगी हॉस्पिटलला घेऊन गेले. अनेक वेळा चाचण्या, पाठपुरावा केल्यानंतरसुद्धा त्यांना हेच सांगण्यात आलं की तिचा कॅन्सर फार बळावला आहे आणि आता काही आशा ठेवण्यात अर्थ नाही. सुदैवानं त्यांना दुसरं एक प्रसिद्ध हॉस्पिटल सापडलं जिथं असं सांगण्यात आलं की ऑपरेशन केलं तर थोडीफार आशा आहे. तिथं पाच लाख खर्च सांगितला. आमच्यासाठी ही रक्कम अव्वाच्या सव्वा होती. कुठलाही विचार न करता अब्बांनी त्यांच्या दोन्ही गाड्या विकून टाकल्या. दुर्दैवानं ऑपरेशन तर झालं नाहीच; पण त्यासाठी भरलेले पैसेसुद्धा परत मिळाले नाहीत. अम्मी त्या ठिकाणी ऑपरेशनसाठी वाट बघत बसलेली असताना तिथला ओंगळ आणि अस्वच्छ कारभार बघून तिला धक्काच बसला. प्रत्येक वेळी नवीन सुया न वापरता जुन्याच सुया पुन्हा पुन्हा वापरल्या जात होत्या. ऑपरेशन थिएटरमध्ये बेडवर आधीच्या पेशंटचं रक्त तसंच होतं. ऑपरेशनसाठी लागणाऱ्या वस्तू गंजलेल्या होत्या. तिला ते सगळं सहनच झालं नाही. ती ओरडतच बाहेर आली. इथं अजिबात ऑपरेशन नाही करणार म्हणाली. पण हॉस्पिटलच्या म्हणण्याप्रमाणे ती तिच्या मर्जीनं बाहेर आली होती. त्यामुळे त्यांची काहीच चूक नव्हती. आम्ही दिलेले सगळे पैसे त्यांनी ऑपरेशनच्या तयारीत वापरले होते. एकतर स्वच्छ आणि व्यवस्थितपणे ऑपरेशन करा किंवा आमचे पैसे परत करा असा तिनं पवित्रा घेतला. तिला पुढच्या उपचारांसाठी नकार देण्यात आला आणि त्यानंतर आमच्याकडे पूर्ण दुर्लक्ष करण्यास

सुरुवात झाली. अब्बा जेव्हा फायनान्स डिपार्टमेंटला पैशाबद्दल चौकशी करायला जायचे तेव्हा त्यांना तासन्तास बसवून ठेवण्यात येत असे आणि मग भेटायची वेळ संपली असं सांगून परत पाठवून देत. पोलिसांकडे जाण्यातही अर्थ नव्हता, कारण हॉस्पिटलच्या मालकांनी आपले हात वरपर्यंत पोहोचलेले आहेत अशी धमकीच दिली होती. पोटापाण्याचा एकमेव व्यवसाय विकून मिळवलेले पैसे विसरून जाण्याशिवाय आता पर्याय नव्हता. त्यांची जन्मभराची कमाई भ्रष्ट नोकरशाहीमुळे वाया गेलीच आणि चुकीच्या ठिकाणी विश्वास ठेवल्यानं अम्मीच्या जगण्या-मरण्याचा प्रश्न उभा राहिला. अम्मी बरी आहे हे समजून मी शांत व्हायचा प्रयत्न करत होते. पण ही नवीन माहिती ऐकून मला पुन्हा भीती वाटू लागली. आता सगळं ठीक आहे. खरंच ठीक आहे! हे म्हणतानासुद्धा त्यांचे हात थरथरत होते. खरंतर माझ्यापेक्षा ते स्वतःचीच समजूत काढत होते. सगळं ठीक कसं असेल? आपल्या आठ वर्षांच्या मुलीसमोर ते पहिल्यांदा आपली आर्थिक विवंचना सांगत होते. तेही रिक्षात बसून. आम्ही चाळीसमोर उतरलो आणि बोलत बोलत घरी आलो. चहा घेता घेता त्यांनी पुढं सांगायला सुरुवात केली. "आपण सगळं जरी गमावलं असलं तरी आपल्याबरोबर अम्मी आहे. आपण सगळे एकत्र आहोत, एकमेकांसाठी आहोत हे काही कमी नाही. आपल्या गावी, मऊआइमाला आपलं घर आहे. आपण खरंच नशीबवान आहोत.'' अब्बांच्या या शब्दांचा थोडाफार आधार असला तरी आम्ही आता रोजगाराचं एकमेव साधन गमावून बसलो होतो हे नाकारता येणार नव्हतं. पण अब्बांची गोष्ट अजून संपली नव्हती. "अब्बा, मग ऑपरेशन कसं काय झालं?'' मी विचारलं. दिवसभरात पहिल्यांदा त्यांच्या चेहऱ्यावर हसू तरळलं. या सगळ्या ऑपरेशनच्या भानगडीमुळे ते जवळजवळ कफल्लक झाले होते. आणि त्यांच्या सगळ्या आशाही संपल्या होत्या. एकदा हॉस्पिटलच्या बाहेर एका चहाच्या टपरीवर झाडाखाली उभं राहून ते रडत होते. चहा पिऊ की हे पैसे वाचवू! असा विषण्ण विचार त्यांच्या डोक्यात आला. ते पुढे सांगू लागले, "का काय माहीत पण मी आभाळाकडे मदतीच्या आशेने बघत होतो.'' वर कुणीतरी बसलाय तोच काहीतरी करेल म्हणून तिकडेच त्यांची नजर खिळून राहिली होती. इतक्यात एक

माणूस त्यांच्यासाठी चहाचा कप घेऊन आला. आणि त्यांच्या खांद्यावर हात ठेवत त्यांना रडण्याचे कारण विचारू लागला. त्या दयाळू माणसानं तासभर माझ्या अब्बांची कर्मकहाणी ऐकून घेतली. भाईजान, तुम्ही तुमच्या बायकोला इस्लामिया हॉस्पिटलला घेऊन जा. त्या अनोळखी माणसानं तिथल्या डॉक्टरचा नंबर दिला आणि कसलीही अपेक्षा न ठेवता तो तिथून निघून गेला. आजपर्यंत त्याचं नावही आम्हाला कळलं नाही. एका अनोळखी माणसाच्या मदतीमुळं आमच्या आशा पुन्हा पल्लवित झाल्या. अब्बांनी अम्मीला इस्लामिया हॉस्पिटलला जाण्यासाठी तयार केलं. तिचा सगळे हॉस्पिटल, दवाखाने यांच्यावरचा विश्वास उडाला होता. पण मुलांवरच्या प्रेमासाठी आणि अल्लासाठी तर एकदा चल अशी अब्बांनी तिला गळ घातली. "कदाचित अल्लानंच त्याला माझ्याकडे पाठवलं असेल," ते तिला म्हणाले. हे हॉस्पिटल चॅरिटेबल होतं. इथल्या सगळ्या सोईसुविधासुद्धा आधीच्या हॉस्पिटलपेक्षा बऱ्या होत्या आणि डॉक्टरसुद्धा वागायला, बोलायला चांगले होते. ते पाहून अम्मी ऑपरेशनला तयार झाली. अगदी कमी पैशात, देणग्यांच्या मदतीने अम्मीचे ऑपरेशन पार पडले. कॅन्सरची गाठ काढून टाकली. अब्बा आणि भाई या दोघांनंतर तिला हॉस्पिटलमध्ये ऑपरेशन झाल्यानंतर कोणी बघितलं असेल तर ती मीच होते. मी परत कधीही हॉस्पिटलला गेले नाही. काही दिवसांनी अम्मी परत आली. बरेच महिने आराम मिळावा म्हणून ती झोपूनच असायची. माझ्या बहिणींनी घरकामासाठी आणि आईच्या मदतीसाठी विनातक्रार शाळेला रामराम ठोकला होता. पण मी शाळा सोडू नये असं सगळ्यांचं मत होतं. या संकटात आमचं कुटुंब पोळून निघालं होतं. पण आमच्यातल्या मायेची ऊब आम्हाला अजून जवळ घेऊन आली. खूप वर्षांनी मला समजलं की आपल्या देशात कितीही क्रूर माणसं असली तरी जगातली सगळ्यात जास्त प्रेमळ माणसंसुद्धा इथेच राहतात. माझ्या अम्मीचा जीव वाचवणारा तो दयाळू माणूस हा अशाच माणसांपैकी एक होता.

मऊआइमा

ऑपरेशननंतरसुद्धा अम्मीला पूर्णपणे बरं व्हायला वेळ लागत होता. माझ्या बहिणीसुद्धा शिक्षणावर पाणी सोडून तिची काळजी घेत होत्या. अम्मीची केमोथेरपी, औषधं, ऑपरेशन, डॉक्टर या सगळ्या खर्चापायी अब्बांनी एका टॅक्सी कंपनीत काम करायला सुरुवात केली. घरची आर्थिक परिस्थिती डबघाईला आली होती. रियाज आणि अब्बा ती शक्य तितकी सुरळीत ठेवायला एकेक पैसा जमवत होते. बऱ्याच खर्चांना कात्री लावली गेली. नर्स किंवा मोलकरीण ठेवणं परवडणार नव्हतं म्हणून गुलशन आणि नर्गिसला घरकाम सांभाळून अम्मीकडे, माझ्याकडे बघावं लागत होतं. २००४ला अम्मीचं ऑपरेशन झालं. त्यानंतर दोन वर्षंच आम्ही मुंबईत राहिलो. २००७च्या सुरुवातीला मी जेमतेम १० वर्षांची असताना सगळ्यांच्या असं लक्षात आलं की, मुंबईत राहणं यापुढे आर्थिकदृष्ट्या परवडणारं नव्हतं. एजाज नुकताच १८ वर्षांचा झाला होता. पुढच्या शिक्षणाचं स्वप्नं बाजूला ठेवून घराला हातभार लावण्यासाठी एका छोट्याशा कंपनीत नोकरी करत होता. आम्ही अजूनही कसंबसं भागवत होतो. अम्मी आता बरी झाली होती. पण आजार उलटण्याची भीती होती. अलाहाबाद जवळ मऊआइमामध्ये अब्बांच्या आईवडिलांचं घर होतं. इकडची आर्थिक ओढाताण कमी व्हावी म्हणून गुलशन, अम्मी आणि मी मऊआइमाला जाऊन राहायचं असं ठरलं. खेड्यातलं राहणीमान अम्मीच्या तब्येतीसाठी पण फायद्याचं ठरलं असतं. जानेवारी २००७ ला आम्ही मऊआइमाला राहायला गेलो. गेल्यावर अगदी वेळेत मी नव्या शाळेत दाखल झाले आणि मार्चमध्ये मला पाचवीची परीक्षा देता आली. नर्गिस आणि

गुलशनच्या शाळेत परतण्याबद्दल थोडीफार चर्चा झाली, पण तो बेत लगेच रद्द झाला. एकतर त्यांना शाळा सोडून खूप काळ लोटला होता. आणि त्या दोघींनाही पुढे कॉलेज शिकून नोकरी वगैरे करण्यात रस नव्हता. मग शाळेत जाऊन उपयोग तरी काय होता. गुलशन १५ वर्षांची होती आणि काही वर्षांत तिचं लग्न झालं असतं. आमच्याकडच्या इतर अनेक मुलींप्रमाणे या दोघींचं शिक्षण थांबलं, कारण त्या घरगुती कामातच रमल्या होत्या.

मऊआइमाला राहायला जाण्याचे जसे फायदे होते तसे काही तोटेही होतेच. मला माझ्या मैत्रिणींची आणि मुंबईच्या सळसळत्या ऊर्जेची आठवण येत होती. पहिल्यांदा मऊआइमाला पोहोचल्यावर आम्ही शेजाऱ्यापाजाऱ्यांमध्ये एक आकर्षणाचा बिंदू होतो. शेजारपाजारचे चहा प्यायला पोरंटोरं घेऊन यायचे. आणि प्रश्नांचा भडिमार करायचे. "तुम्ही खरंच मुंबईहून आलात? आम्ही ऐकलंय की तिकडे मुंबईत मॉल आहेत, सिनेमांचे थिएटर आणि हॉटेल्स आहेत. तुम्हाला नेहमी नटनट्या दिसतात का?'' असे किती प्रश्न! पण माझ्यासाठी मात्र मुंबई फक्त मुंबई होती. ते माझं घर होतं, तासन्तास गप्पा मारायचा विषय नाही. पण तिथल्या कितीतरी लोकांसाठी 'मुंबई' हे एक अपूर्ण स्वप्न होतं. लहान मुलं म्हणायची की मोठं झाल्यावर त्यांची मुंबईला जाण्याची इच्छा आहे. आणि मोठ्यांना वाटायचं की घरच्यांनी योग्य वेळेत मुंबईला जाण्याचा निर्णय घेतला असता तर किती संधी मिळाल्या असत्या! मुंबईबद्दलचे वेगळे विचार ऐकताना मला विचित्र वाटत होतं. ते म्हणतात ना, एखादी गोष्ट गमावल्यानंतरच तिची खरी किंमत कळते. आम्हाला मुंबईत होते त्यापेक्षा इथल्या मुलांना जास्त नियम होते. माझ्या दादादादींचं विटांचं कच्चं घर होतं. घरात लाइट नव्हते. रात्री आम्ही मेणबत्त्या लावत असू. विटांमध्ये सिमेंट भरून भिंती उभ्या केल्या होत्या. रंगबिंग दिलाच नव्हताच. घराकडं बघून असं वाटायचं की अजून बांधकाम संपायचंच आहे. सुदैवानं संडास बाथरूमची सोय होती. त्यामुळे नशिबानं शेजाऱ्यांसारखं मोकळं व्हायला शेतात वगैरे जावं लागत नव्हतं. शेतात म्हणे कधीकधी बायकांवर अतिप्रसंग वगैरे होत असत.

शाळा सुटल्यावर आम्ही गायी-म्हशी आणि शेळीच्या पिल्लांबरोबर

खेळायला जायचो. आमच्या घरामागे मोठं शेत होतं. आम्ही तिथे तासन्तास खेळायचो. उन्हाळ्यात जमीन अत्यंत तापलेली असे आणि हिवाळ्यात तितकीच थंडगार असे. आसपासची बरीचशी तरुण मंडळी उद्योगधंद्याला लागली होती आणि शेती जवळजवळ संपुष्टात येत चालली होती.

बरेच शेतकरी कर्जात बुडाले होते आणि त्यांची मुलं जवळच्या कारखान्यांमध्ये नोकरी करत होती. या छोट्याशा गावाची अर्थव्यवस्था सूतगिरण्यांवर अवलंबून होती. गाव इतकं छोटं होतं की, न्यायनिवाड्यासाठी कोर्ट वगैरे नव्हतं तर फक्त ग्रामपंचायत होती. आम्ही झाडाखाली बसून गावातल्या वयस्कर मंडळींना एकेक तंटा सोडवताना पाहत असू. तेवढाच विरंगुळा! त्यातला माझ्या आवडीचा एक तंटा म्हणजे एका शेजाऱ्याने दुसऱ्या शेजाऱ्याची गाय पकडून आणली होती आणि त्याचा आरोप होता की ही गाय त्याचा कडबा खाऊन टाकते, त्यामुळे तिला शिक्षा करा. पंचांनी गायीच्या मालकाला गायीला ३ दिवस किंवा तिला धडा मिळेपर्यंत बांधून ठेवायला सांगितलं. गावाजवळ साधारण २० एकराचं जंगल होतं. महिन्यातल्या एखाद्या रविवारी दादा-दादी आम्हाला तिकडे सहलीला घेऊन जायचे. आम्ही पराठे खायचो, फ्रूटी प्यायचो, भुताखेतांच्या गोष्टी सांगायचो. बऱ्याचदा आम्हाला धिप्पाड, देखण्या, लाजऱ्याबुजऱ्या नीलगायींचा कळप दिसत असे. तिकडचा पहिला हिवाळा मला सोसवला नाही. बिछान्याबाहेर येणंदेखील कठीण झालं! इतकी थंडी मी पहिल्यांदाच अनुभवत होते. थंडीपासून आराम मिळावा म्हणून दादी आम्हाला चुलीवर काश्मिरी काहवा बनवून द्यायची.

ऑक्टोबर २००७ मध्ये मी अकरा वर्षांची झाले. २००८ च्या सुरुवातीला घरात थोडा उत्साह जाणवू लागला. त्याला कारण म्हणजे आमची गुलशन! जमालुद्दीन नावाच्या मुलाशी तिचं लग्नं ठरलं होतं. तो पण मऊआइमाचा होता. माझ्या चाचांनी हे लग्न ठरवलं होतं. त्याचं कुटुंब प्रेमळ आणि प्रतिष्ठित होतं. नवरा मुलगा मुंबईत सेल्समन म्हणून नोकरीला होता. आमचं नशीबच फळफळलं होतं म्हणायचं. आमच्या समाजात बायकांना त्याच्या आयुष्यात दोनदाच मानसन्मान मिळतो. एकतर जेव्हा त्यांचं जेव्हा लग्नं होतं आणि दुसऱ्यांदा जेव्हा

त्या मुलाला जन्म देतात तेव्हा! गुलशनचा साखरपुडा ठरल्यावर ओळखीचे लोक जिलेब्या, लाडू, मिठाई, खीर, हार, फुलं, घेऊन तिचं अभिनंदन करायला यायचे. थोड्या असूयेनंच बायका तिचं अभिनंदन करायच्या. "आता तुझी सगळी स्वप्नं पूर्ण होणार. आमच्या मुलीचंसुद्धा असंच भलं होऊ दे," असं म्हणायच्या. आपल्या २१-२२ वर्षांच्या, लग्न न झालेल्या मुलींच्या तक्रारी करत बसायच्या.

दरवेळी पाहुण्यांसमोर येताना गुलशन सुंदर सलवार कमीज आणि नकाब घालून यायची. तिला मी यापूर्वी कधीच डोकं झाकून वावरताना पाहिलं नव्हतं. अगदी पाहुण्यांसमोरसुद्धा! भारतात कितीतरी बायकांना नवरे आपली जहागीर समजतात. नशिबानं माझे भाई आणि अब्बा अतिशय प्रेमळ आहेत. पण माझ्या बहिणीचं लग्न ठरल्यावर आमच्या घरातल्या सगळ्या बायका लगेच सगळे रीतिरिवाज आणि शिष्टाचार पाळायला लागल्या.

गुलशन उत्साहात होती; पण मनात दडपणसुद्धा होतंच. लग्नाची स्वप्नं बघताना आदर्श बायको होण्याचा ताण होताच. २६ मे २००८ ला गुलशन आणि जमालुद्दीनच्या निकाहासाठी मऊआइमाला शंभरएक पाहुणे जमले होते. तीन दिवस लग्नाचा सोहळा सुरू होता. गुलशनची मेहंदी खूपच रंगली होती. तिच्या हातापायांवर चढलेला रंग बघून अम्मीची काळजी मिटली. तिनं मेहंदी काढणाऱ्या मुलीला भरपूर बिदागी दिली. जितकी मेहंदी जास्त रंगेल तितकं नवरा- बायकोत जास्त प्रेम असतं असं म्हणतात. गुलशनला या वर्षी सोळावं लागलं होतं आणि सगळ्या बायका तिच्या नवीन आयुष्याची चांगली सुरुवात बघून खूश होत्या.

ते तीन दिवस बायकांना आणि पुरुषांना वेगवेगळ्या जागी बसवण्यात आलं. फक्त लग्नाच्या वेळी नवरा आणि बायको एकमेकांसमोर आले. जब-ए- कुबूल म्हणजे सगळ्यांची परवानगी घ्यायचा कार्यक्रम झाल्यानंतरच त्यांना एकमेकांशेजारी बसायला मिळालं. एकमेकांचे चेहरे आरशात बघण्याचा कार्यक्रम तर मला गंमतीशीरच वाटला.

माझी गुलशन अनोळखी घरात नांदायला जात होती आणि माझ्या अम्मी-अब्बांना तिच्या सासरकडच्यांना तिच्यावरचं आपलं प्रेम दाखवून द्यायचं होतं. तिच्या हुंड्यासाठी म्हणजेच मेहरसाठी आम्ही जमालुद्दीनला

टी.व्ही., स्वयंपाकघरातल्या वस्तू, दागिने, रोख पैसे असं बरच काही दिलं. या लग्नानंतर माझ्या अब्बांवर आर्थिक बोजा वाढला होता. आता ते टॅक्सीमालक नसून फक्त ड्रायव्हर होते. पण गुलशनच्या भविष्यासाठी त्यांनी कुठेही हात आखडता घेतला नाही.

माझे चाचा आणि दादाजींनी आपली काही मालमत्ता विकून खर्चाला हातभार लावला. लग्नाचा भव्य सोहळा गावातल्या आमच्या कुटुंबाच्या प्रतिष्ठेला साजेसा होता. दादाजींनी बरीच मेहनत आपल्या नातीच्या प्रेमाखातर केली होती. अब्बांनी जमेल तशी त्या मदतीची परतफेड त्यांच्या पगारातून केली होती. खेड्यात अशीच पद्धत होती. गरजेच्या वेळी घरातले सगळे मदत करत आणि लग्नासारख्या प्रसंगी तर हात आखडता घेणं शक्यच नसे. गुलशनच्या लेहंग्यावर रेशमी कशिदा केला होता. लाल रंगाचा शामियाना उभा केला होता. पाहुण्यांसाठी सगळीकडे पंखे लावले होते. सगळीकडे मटण करी आणि बिर्याणीचा सुगंध पसरला होता. सगळ्या मुलांनी दोनदोन सिख कबाब आणि खीर वाढून घेतली.

लग्न झाल्यावर काही महिन्यानंतर गुलशन आणि जमालुद्दीन मुंबईला त्याच्या बहिणीकडे राहायला गेले. गुलशन आपल्या नवीन संसाराबद्दल फोनवर भरभरून बोलायची. लग्न झाल्यानंतर काहीच दिवसात तिला दिवस गेल्याची बातमी कळली. आम्हाला अतिशय आनंद झाला. आम्ही फळं, मिठाई, बिस्किटे वगैरे घेऊन जमालुद्दीनच्या घरी मुंबईला गेलो. असं न बोलवता सासरी गेलेलं आवडेल न आवडेल याचा अंदाज नसल्यामुळे आम्ही असे क्वचितच तिच्याकडे जायचो. गुलशन आता जमालुद्दीनच्या कुटुंबाचा एक भाग होती. त्यामुळे आम्ही आमच्या मर्यादेतच वागत होतो. पण अशा आनंदाच्या वेळी कोण रीतीभातींचा विचार करतं?

आम्ही गुलशनला आणलेल्या भेटवस्तू देत होतो. माझी बहीण राहते ते घर बघायला मी इकडंतिकडं नजर फिरवत होते. घर यथातथाच होतं. खुर्च्यांवरच्या गाद्या, जुन्या कपड्यांना जोडून शिवल्यासारख्या दिसत होत्या. आम्हाला चहा, नाश्ता तर दूरच साधं पाणीसुद्धा कुणी विचारलं नाही. मला तहान लागली होती, पण काहीही मागायचं नाही, अशी आधीच ताकीद मिळाली होती. गुलशन पुढे आली. तिनं

डोक्यावर दुपट्टा घेतला होता. "कशी आहेस गुलशनदी? माझा नवीन ड्रेस तरी बघ. अब्बांनी खास माझ्यासाठी आणला आहे." मी तिच्याकडे झेपावले. मला आनंद आवरता येत नव्हता. मी लहान होते आणि मला तिची खूप आठवण यायची.

"रेश्मा आत्ताच नको," गुलशन रुक्षपणे म्हणाली. त्या क्षणी मला वाटलं की ही वेगळीच कोणीतरी मुलगी आहे जिला मी आधी कधीतरी ओळखायचे! एकतर ती कधीही डोक्यावर दुपट्टा वगैरे घेत नसे. ही इकडची नवीन पद्धत मला विचित्रच वाटत होती. अम्मीनं लगेच मला मागं ओढून आपल्या शेजारी बसवलं. आजकालच्या पोरी फारच आगाऊ झाल्यात. तिच्या नंणदेचं वाक्य ऐकून माझ्या रागाचा पारा चढला. थोडावेळ बसून इकडचं तिकडचं बोलून आम्ही निघालो. बाहेर पडल्यावर त्या भेटीबद्दल आम्ही एकमेकांशी काही बोललो नाही, कारण आमच्या डोळ्यात पाणीच आलं असतं. अम्मीनं अब्बांना सांगितलं की तिला गुलशनची काळजी वाटतेय. तिला तिथे कशी वागणूक मिळत असेल हेच कळत नव्हतं. "आज कदाचित ते गडबडीत असतील. एकाच भेटीत उगीच काहीतरी अंदाज बांधू नका," अब्बा म्हणाले आणि तो विषय तिथेच थांबला. प्रत्येक फोनवर ती आधीपेक्षा जास्तच खूश वाटायची. 'मी आनंदात आहे, आज ना मला आंब्यांचे पापड खावेसे वाटत होते तर त्यांनी आणून दिले,' असं काय काय सांगायची. या फोनमुळे तिची व्यवस्थित काळजी घेतली जातेय असा दिलासा वाटायचा. त्यामुळे अम्मीनं तिला माहेरी येण्याबद्दल घाई केली नाही. हे तिचं पहिलंच बाळंतपण होतं आणि पहिल्या बाळंतपणासाठी मुली माहेरी येतात, पण गुलशननं यायला नकार दिला होता. तिला एप्रिल महिन्याची तारीख दिली होती. नर्गिस, मी आणि अम्मी काही दिवस मुंबईत परत आलो. गुलशनला काही मदत लागली तर जवळपास असावं असं अम्मीला वाटलं. मी आणि नर्गिस उत्साहानं तिच्यासोबत आलो. ९ एप्रिल २००९ ला आम्हाला फोन आला. गुलशनला कळा सुरू झाल्या होत्या. आमचं अख्खं कुटुंब तिच्याकडे धावलं. रस्त्यावर असतो तर अम्मी, अब्बा, भाई सगळे मोबाइलचे नेटवर्क शोधत नातेवाइकांना फोनाफोनी करतोय हे विचित्र वाटलं असतं. पण मॅटर्निटी वॉर्डमध्ये हा प्रकार नेहमीचाच असल्यामुळे आमच्याकडे कुणी फार

लक्ष दिलं नाही. गुलशनला मुलगा झाला. मी लहानशी मासी झाले. तिचं पहिलंच बाळ आणि तोही मुलगा! अम्मीला तिच्याबद्दल वाटणारी काळजी क्षणार्धात दूर झाली. सौफीसारखा निरोगी, गोंडस मुलगा झालाय म्हणजे आता तिचं घरातलं स्थान अबाधित राहणार! आता काही तक्रार असण्याचं कारणच नव्हतं. मुलगा झाल्यामुळं पुढं अजून किती मुलं होऊ द्यायची हे आता गुलशन ठरवू शकणार होती. म्हणून अम्मीनंही सुटकेचा निःश्वास टाकला. जमालुद्दीन पाच बहिणींच्या पाठीवर झाला होता. अर्थातच कधीतरी मुलगा होईल या आशेत त्यांचं कुटुंब वाढत गेलं असणार. मात्र पुढच्या काही दिवसात अशा काही घटना घडल्या की आमच्या सगळ्या आशा फोल ठरल्या. बाळंतपण झालं, त्याच दिवशी गुलशनला सासरकडचे जबरदस्ती हॉस्पिटलमधून घरी घेऊन गेले. अर्थात बिलाचा एकही पैसा न देता! हॉस्पिटलचा खर्च आम्हालाच भागवावा लागला. ती तुमची मुलगी आहे तिच्या आजारपणाच्या खर्चाची जबाबदारी तुमचीच आहे. तिकडून उत्तर आलं. जसं काही सौफीचा जन्म हा आजार होता. अम्मी-अब्बा इकडे पैशाची जुळवाजुळव करत होते आणि तिकडे गुलशनला नुकत्याच जन्मलेल्या बाळाला कडेवर घेऊन नणंदेकडचे सात मजले चढायला लागले. तिच्या पायात त्राण नव्हतं, तिला प्रचंड दुखत होतं, पण त्यांना काही वाटत नव्हतं! मनातल्या मनात आसवं गाळत ती त्या पायऱ्या चढली. जनावरांशीसुद्धा लोक यापेक्षा बरं वागत असतील.

दुसऱ्या दिवशी अम्मी तिला भेटायला गेली. त्या लोकांनी गुलशनला काहीही खायला-प्यायला दिलेलं नव्हतं हे पाहून अम्मीला धक्काच बसला. थकव्यामुळं गुलशननं घरच्यांसाठी काही स्वयंपाक केला नव्हता म्हणून ही शिक्षा! अम्मी तडक घरी परत आली. डबा आणि पाणी घेऊन दीड तासाचा प्रवास करून ती परत गुलशनकडं गेली. हे सगळं ऐकून अब्बा खूप व्यथित झाले आणि त्यांनी गुलशन आणि सौफीला माहेरी आणण्याचा चंगच बांधला. खरं म्हणजे बाळंतपण म्हणजे बायकांचा पुनर्जन्मच! त्या काळात कुणालाही प्रेम, आधार, काळजी याची नितांत गरज असते, पण गुलशन अतिशय वाईट अवस्थेत होती. सलग पाच दिवस तिच्या घरी ये-जा करून तिला मिळणारी वागणूक बघून अम्मीनं तिला आणि बाळाला माहेरी घेऊन येण्याचा

निर्णय घेतला. जोवर तिची तब्येत सुधारत नाही तोवर तिला इकडंच ठेवून घ्यायचं तिच्या मनात होतं; पण तिच्या सासरकडच्यांना न दुखवता हे कसं काय जमणार! मग आम्ही एक मार्ग काढला. आमच्या मुस्लीम प्रथेप्रमाणे, बाळाचा जन्म साजरा करण्याची पद्धत आहे. अब्बांनी दादाजींकडून काही पैसे उधार घेतले आणि जमालुद्दीनला बोलावून हकीकाचा म्हणजे जनावर बळी देण्याचा आणि बाळाचं नाव ठेवण्याचा छोटासा कार्यक्रम करण्याचा मनसुबा सांगितला. त्याच्या खर्चाची जबाबदारीही अब्बांनी उचलली. हे ऐकून तो गुलशन आणि सौफीला आमच्याकडे पाठवायला तयार झाला. अशाप्रकारे तिचा माहेरी येण्याचा मार्ग मोकळा झाला. बाळाच्या जन्मानंतरचा सातवा दिवस हकीकासाठी चांगला मानला जातो. रीतीनुसार बकऱ्याचा बळी दिला जातो. आणि बाळाचं नाव ठेवण्यापूर्वी ते मांस सर्वांना वाटलं जातं. गुलशनच्या मुलाच्या भविष्याच्या दृष्टीने हा दिवस नीट पार पडणं महत्त्वाचं होतं. काही वर्षांनी या सोहळ्याला काहीच अर्थ उरणार नाही आणि तिचा जीव आपल्या मुलाचा आवाज ऐकायला कासावीस होईल हे तिच्या गावीही नव्हतं. सगळं आटोपल्यावर जमालुद्दीननं गुलशन आणि सौफीला सासरी परत नेण्याबद्दल अम्मीला विचारलं. मला नीट लक्षात आहे, अब्बा 'नाही' म्हणाले. इतक्या प्रेमानं वाढवलेल्या मुलीचे तिकडे पाठवून हाल करणं त्यांना पटत नव्हतं. कार्यक्रमाचा सगळा खर्च करण्याची तयारी दाखवल्यावर जमालुद्दीनचा ताबडतोब होकार चकित करणारा होता. गुलशनला तिकडे काही आर्थिक स्वातंत्र्य नाही, याचा त्यांना अंदाज येत होता. पण आता काहीच इलाज नव्हता. ती आता दुसऱ्याची बायको होती. शेजारपाजाऱ्यांनी आणि मैत्रिणींनीसुद्धा तिला सासरी परत जाण्याचा सल्ला दिला. बाळाच्या जन्मामुळे परिस्थिती सुधारेल अशी आशा होती. तिच्या नवऱ्यानंही तिला बोलावलं होतं. अम्मीपण गुलशनने परत जाण्याच्या मताची होती. आणि गुलशननंसुद्धा चुपचाप होकार दिला. माझ्या आठवणीप्रमाणे तिला तिचं मत कुणीच विचारलंही नाही आणि तिनं दिलंही नाही. तिच्या म्हणण्याप्रमाणे ती 'खुशीने' जायला तयार होती आणि एक दिवस गेलीसुद्धा!

त्यानंतर वर्षभरात जून २०१० मध्ये जमालुद्दीनची नोकरी गेली.

त्यानंतर आम्हाला गुलशन तिच्या आयुष्याबद्दल सांगत असलेल्या गोष्टीत आणि प्रत्यक्ष वस्तुस्थितीमध्ये तफावत दिसायला लागली. एक दिवस गुलशन आमच्याकडे आली आणि तिनं अब्बांना म्हटलं, "अब्बा, तुम्ही सगळ्यांना मदत करता मग मला का नाही करत?" तिला पैशांची गरज होती. अब्बांचं काळीज तुटलं. त्यांना वाटलं तिचं लग्न झालं, ती परक्याकडे गेली. म्हणून त्यांचं तिच्याकडे दुर्लक्ष झालंय. त्यांनी एक आवंढा गिळला आणि तिला घट्ट मिठी मारून विचारलं, "नक्कीच मदत करेन बेटा, किती पैसे हवेत तुला?" त्यांनी नर्गिसकडे चेक दिला आणि तिला म्हणाले, "नर्गिसला घेऊन बँकेत जा, ती तुला पैसे काढून देईल." दोघी गेल्या पण परत येताना नर्गिस एकटी होती, गुलशन आलीच नाही. ज्या क्षणी तिनं गुलशनच्या हातात पैसे ठेवले त्या क्षणी जमालुद्दीन कुठून तरी अचानक उगवला आणि त्यानं पैसे हिसकावून घेतले. हळूहळू त्यांच्या मागण्या वाढल्या. गुलशन खूप खर्च करते, हुंडा कमी होता, आम्ही तिला खाऊपिऊ घालतो, तुम्हाला काय वाटतं सगळं फुकटं येतं? अशी कारणं ऐकायला मिळत होती. जमालुद्दीन तिचा पैशासाठी छळ करत असेल का, या विचारानं त्या रात्री अम्मी-अब्बांना झोप लागली नाही. अर्थात तो करत होता. व अब्बा स्वतःच्या गरजांना मुरड घालून त्यांच्या मागण्या पूर्ण करण्याचा आटोकाट प्रयत्न करत होते. कारण ते गुलशनला त्रासात पाहू शकत नव्हते. त्यांनी स्वतःसाठी स्वस्तातली औषधं घ्यायला सुरुवात केली,१६-१६ तास काम करत असूनसुद्धा चहा पिणं सोडलं, वर्षानुवर्ष नवीन शर्ट घेतला नाही. त्याच वर्षी जुलैमध्ये जमालुद्दीननं नेहमीसाठी त्याच्या मूळ गावी मऊआइमाला जायचं ठरवलं कारण मुंबईत नोकरीशिवाय त्याला घर चालवणं परवडत नव्हतं. तो जरी त्याची बहीण आणि तिच्या नवऱ्याबरोबर राहत होता तरी नोकरी गेल्यावर त्यांच्या घरातील त्याची पत कमी झाली होती कारण तो भाडं देऊ शकत नव्हता. गुलशन आणि जमालुद्दीननं आमच्याकडे येऊन राहण्याचा प्रश्नच नव्हता. बायकोच्या माहेरी कसं राहणार? काहीच कसं कमवत नाही? लोकांच्या असल्या प्रश्नांना उत्तर द्यायची प्रत्येकाची तयारी असतेच असं नाही. अब्बांचा गुलशनच्या तिकडे जाण्याला सक्त विरोध होता. त्यांना कसली तरी अनामिक भीती

वाटत होती. घरात परत चर्चा झाली. गुलशन आता एका बाळाची आई होती. पोरांना बापाची गरज असतेच आणि ती माहेरी परत आली तर लोक नावं ठेवतील. मुळात तिनं परत येण्याची इच्छाच कधी बोलवून दाखवली नव्हती. ती सौफीला घेऊन नवऱ्याबरोबर मऊआइमालाच्या त्याच्या अम्मी-अब्बांकडे पोहोचलीसुद्धा होती. अब्बा, रियाज आणि एजाज मुंबईतच नोकऱ्या करत होते. अम्मीची आणि गुलशनची मात्र अधूनमधून भेट व्हायची. कधीतरी ती सासूसासऱ्यांच्या जाचाबद्दल सांगायची. पण भारतात आणि त्यातल्या त्यात खेडेगावात असली घरगुती भांडणं सवयीची होती, कारण एकत्र कुटुंबात सासूसासऱ्यांच्या मर्जीनं त्यांच्या रीतीभाती सांभाळत राहावं लागायचं.

२०१०च्या ऑगस्टमध्ये गुलशनला पुन्हा दिवस गेल्याची बातमी आली. तिच्या घरच्यांनी बेकायदेशीरपणे बाळाचं लिंग तपासून पाहण्याचा खूप प्रयत्न केला पण यश आलं नाही.

१० एप्रिल २०११ ला गुलशनने एका गोंडस मुलीला जन्म दिला. त्यांनी तिचं नाव रिजा ठेवलं. अब्बा, रियाज आणि एजाजला कधी एकदा मुंबईहून येतो आणि तिला बघतो असं झालं होतं. त्यांच्या मऊआइमाच्या फेऱ्या रिजामुळे वाढू लागल्या. ते आले की गुलशन सौफी आणि रिजाला घेऊन आमच्याकडे येत असे. तिला पुन्हा त्रास व्हायला नको म्हणून आम्ही तिच्या घरी जायचं टाळत होतो. तिला होणाऱ्या छळाची आम्हाला पुसटशीसुद्धा खबर नव्हती. आम्हाला वाईट वाटू नये म्हणून ती घरच्या कटकटींबद्दल फार चर्चा करत नसे. आम्ही खोदून-खोदून विचारलं तरी तोंडातून एक शब्दसुद्धा काढत नसे. त्यामुळे तिच्या सासरी नक्की काय परिस्थिती आहे याचा आम्हाला पत्ताच लागत नसे.

दोन वर्षांनंतर, अचानक मे २०१३ मध्ये एका सकाळी ऊन तापलेलं असताना गुलशनच्या शेजाऱ्यांचा अंगावर काटा आणणारा फोन आला. तेव्हा मी फक्त सोळा वर्षांची होते. अम्मी फोनवरच आरडाओरडा करायला लागली. ते ऐकून मी गोंधळून गेले. तिच्या आवाजानं मी आणि नर्गिस उठलो आणि धावत तिच्या जवळ जाऊन बसलो.

"ते तिला मारून टाकतील, आत्ताच्या आत्ता गुलशनला आणि

पोरांना घेऊन या,'' ती किंचाळली. अब्बांनी पाकीट उचललं आणि काहीही न विचारता धावत सुटले. नशीब की तेव्हा शाळेला सुट्ट्या लागल्या होत्या म्हणून अब्बा आम्हाला भेटायला आले होते.

'ते' म्हणजे कोण हे आम्हाला लगेच कळलं, आम्ही घाबरलो होतो. अब्बा गुलशन आणि पोरांना घेऊनच येतील म्हणून आम्ही बाहेर येऊनच उभे होतो. थोड्याच वेळात एक रिक्षा घराजवळ येऊन थांबली. एक बाई रिक्षातून उतरून आमच्याकडे धावत सुटली. ती गुलशनच होती. अब्बा तिच्या मागे मागे येत होते. तिचे कपडे भिजलेले, फाटलेले होते आणि त्यांच्या चिंध्या लोंबत होत्या. तिच्यामागे सौफी रडत रडत धावत होता.

तिच्या कडेवरच्या रिजानंही हंबरडा फोडला होता. अब्बांनी सौफीला उचलून घेतलं आणि सरळ आत आले. जशी मी तिच्या जवळ गेले मला चक्करच यायची बाकी होती. तिच्या अंगाला केरोसीनचा भपकारा येत होता. मग माझ्या लक्षात आलं की ती नखशिखांत केरोसीनमध्ये भिजलेली होती. त्या लोकांनी तिला जिवंत जाळण्याचा प्रयत्न केला होता. आम्ही सगळी दारंखिडक्या लावून घेतल्या. अम्मी रडत रडत टॉवेलनं तिचं अंग पुसत होती. पण तो उग्र वास काही केल्या जात नव्हता.

रात्री जमालुद्दीनच्या शेजाऱ्यांनी फोन करून अब्बांना आधीचा घटनाक्रम सांगितला. गुलशनने पुन्हा माहेरहून पैसे आणायला नकार दिल्यामुळे जमालुद्दीनच्या अम्मी-अब्बांनी तिच्या अंगावर केरोसीन ओतलं. ते तिला पेटवणार इतक्यात तिनं सौफी आणि रिजाला जवळ ओढून उचलून घेतलं. आपल्या नातवाला तिच्या कडेवर पाहून ते एक पाऊल मागे सरकले. त्या क्षणाचा फायदा घेऊन गुलशन घराबाहेर धावली आणि शेजाऱ्यांच्या घरी जाऊन लपली. शेजाऱ्यांनी लगेच अम्मीला फोन करून परिस्थितीची कल्पना दिली. तिच्या सासरचे तिला शोधत होते तेव्हा ती हळूच शेजाऱ्यांच्या मागच्या दारातून निसटली. आणि मुलांना घेऊन सरळ आमच्या घरच्या दिशेनं धावत सुटली. अम्मीला फोन गेलाय हे तिला माहीत होतं. तोपर्यंत अब्बांनीसुद्धा तिकडे धाव घेतली होती.

तलाक, तलाक, तलाक

पुढचे काही दिवस आम्ही गुलशनवर ओढवलेल्या भयानक परिस्थितीला समजून घेण्याचा प्रयत्न करत होतो. इकडून तिकडून थोडी फार माहिती मिळवून आधीचे संदर्भ जुळवत होतो. अम्मीला प्रचंड अपराधी वाटत होतं आणि अब्बाही धक्क्यामधून सावरले नव्हते. आधीच्या खटकलेल्या गोष्टींकडे केलेलं दुर्लक्ष भोवलं का? गुलशनच्या लग्नाची वाताहत झाली होतीच, पण त्यापेक्षाही मोठी समस्या पुढे आ वासून उभी होती. ती म्हणजे छोट्या रिजाची अवस्था! तिच्या अंगभर उष्णतेचे फोड उठले होते. आणि तिचा ताप १०२-१०४ च्या खाली उतरत नव्हता. गुलशन तिला गार पाण्यानं पुसून काढत होती. कुठल्याही औषधानं काहीही फरक पडत नव्हता. तिच्या फोडांवर लॅक्टोकॅलेमाईन लावत होतो. रिजा अजिबात रडायची नाही. तिच्याकडे बघून मला वाटायचं की आम्हालाच अजून त्रास नको म्हणून ती रडत नाहीये. त्या इवल्याशा बाळाला विनाकारण हे भोग भोगावे लागत होते.

एवढ्या मोठ्या आघातानंतर गुलशनच्या वाईट आठवणी धूसर झाल्या होत्या. पण काही काही गोष्टी ती आठवून सांगत होती. मुलगी असल्यामुळे रिजाच्या जन्माचा कुणालाही आनंद झाला नव्हता. आणि गुलशनचं घरातलं मानाचं स्थानसुद्धा गेलं होतं. मागच्या वर्षीपासून सौफीला झोपायला स्वतंत्र खोली दिली गेली; पण गुलशन आणि रिजाला मात्र चटईवर झोपावं लागत असे. रिजाला वाचवण्यासाठी गुलशननं फार काही मागण्या न करता जे मिळेल त्यात गुजराण करायची असं ठरवलं होतं. अर्थात कधीतरी या सगळ्याचा कडेलोट होऊन काहीतरी भयंकर घडेल याची तिला धाकधूक होतीच. काही

दिवसांनी पुन्हा रिजाची तब्येत खालावली. ती सारखी आजारी पडू लागली. गुलशन तिला डॉक्टरकडे नेण्यासाठी विनवण्या करू लागली. पण तिच्या सासूनं तिला उडवून लावलं. कशाला पैसे वाया घालवायचे, बरी तर आहे आणि लहान मुलं आजारी पडतातच, त्यात काय इतकं?

मग गुलशनने घरखर्चाला दिलेल्या पैशातून, हिशेबात थोडा फेरफार करून थोडे पैसे लपवायचा प्रयत्न केला. पुरेसे पैसे हाताशी आल्यावर रिजाला दवाखान्यात नेता आलं असतं. पण तिच्या सासूसासऱ्यांना कळलं आणि त्यांनी जमवलेले पैसे काढून घेतले. घरखर्चाचा ताबा सासूने घेतला आणि त्या दोघींना फक्त उरलंसुरलं शिळं अन्न मिळू लागलं. ती पुन्हा रिजाला डॉक्टरकडे नेण्यासाठी हातापाया पडली. पण काही उपयोग झाला नाही. हताश होऊन तिनं घरीच रिजावर लपूनछपून उपचार करायचा प्रयत्न केला. तिचा ताप तासातासाला नोंदवून ठेवू लागली. तिनं शेजाऱ्यांची मदत घ्यायची असं ठरवलं.

तिनं आम्हाला काहीच सांगितलं नाही. कारण जमालुद्दीनला कळलं असतं तर त्यानं तिला तलाक दिला असता आणि तिला परत कधीही सौफीला भेटू दिलं नसतं.

मला मात्र या गोष्टी आमच्या लक्षात कशा आल्या नाहीत याचचं आश्चर्य वाटत होतं. आमच्या सगळ्यांच्या मनातली ही अपराधीपणाची भावना कधीच कमी झाली नाही. आमची लाडकी मुलगी आणि तिची पोरं तिकडे हे भोग भोगत होते आणि आम्हाला काहीच पत्ता नव्हता. सौफीच्या जन्माच्या वेळचं त्या लोकांचं वागणं गुलशननं जमालुद्दीनपासून वेगळं व्हायला पुरेस होतं. हे आठवून अम्मी स्वतःला दोष देत होती आणि गुलशनला मऊआइमाला जाऊच कशाला दिलं या विचारानं अब्बा अस्वस्थ होते.

गुलशन आता आमच्या बरोबरच राहत होती. तिला सारखे प्रश्न विचारून त्रास द्यायचा नाही अशी अम्मीने आम्हाला तंबी दिली होती. तिला शांत आणि सुरक्षित वाटणं अम्मीला गरजेचं वाटत होतं. कोणत्याही बदलाला माणूस थोडा बिचकतोच आणि गुलशननं तर काही क्षणातच खूप काही गमावलं होतं. तिला धक्क्यातून सावरायला वेळ लागणार होता.

म्हणून आम्ही तिला पुढचे काही दिवस त्या संदर्भात काहीच प्रश्न विचारले नाहीत. काही विचारलंच तर ते फक्त रिजाबद्दल. कारण तिला अजूनही बरं वाटत नव्हतं. डॉक्टरचं औषध सुरू होतं त्यामुळे फरक पडेल अशी आशा होती.

ती आमच्याकडे राहायला आल्यावर तीन-चार दिवसांनंतरची गोष्ट! सौफी आणि रिजा झोपल्यावर अम्मीनं तिला वाफाळता चहा आणून दिला. तिनं कपाला हातसुद्धा लावला नाही. "चहा थंड होईल," मी म्हणाले. "मी त्याचीच वाट पाहतेय," ती म्हणाली. "ये मी तुला गार करून देते," असं म्हणत अम्मीनं कप उचलला. लहानपणी अम्मी चहा गार होईपर्यंत कपातून बशीत आणि बशीतून कपात ओतायची आणि मग आम्हाला द्यायची.

"नको, कशाला? राहू दे," असं म्हणत तिनं तो गरमगरम चहा ओठांना लावला. तिच्यासाठी आम्ही काहीही केलं तरी आम्हाला त्रास होईल असं काहीसं तिच्या मनानं घेतलं होतं. काय करायचं खायला किंवा उद्या किती वाजता उठशील असं जरी विचारलं तरी तुम्ही म्हणाल तसं, असं तिचं उत्तर असायचं. तिला असं पाहून मला फार वाईट वाटायचं. तिलाही आवडनिवडी आहेत हे ती विसरूनच गेली होती. खायला काहीही करा म्हणायची. 'काहीही नावाचा पदार्थ नसतो', असं म्हणून मी तिला हसवण्याचादेखील प्रयत्न करायचे. पण माझा जोक तिच्या कानापर्यंत पोहोचायचाच नाही.

कधीकधी सगळं सुरळीत असतानासुद्धा दुःखाचा निःशब्द वावर जाणवतो. आम्ही चहा पिताना आरामात बसलोय असं दाखवायचो. सौफीच्या मस्तीवर, माकडचाळ्यांवर हसायचो आणि खूप दिवसांनी रिजा त्रास न देता रात्रभर शांत झोपली की अल्लाचे आभार मानायचो. पण कित्येक प्रश्न जिभेच्या टोकावर होते. त्यांची उत्तरं आम्हाला माहीत असणं गरजेचं होतं.

शेवटी एक दिवस अम्मी तिच्याजवळ जाऊन बसली, आपला हात तिच्या हातांवर ठेवला. गुलशननं हात काढून घ्यायचा प्रयत्न केला. पण अम्मीनं घट्ट धरून ठेवला! आधार म्हणून, काहीही झालं तरी आम्ही सोबत आहोत याचा दिलासा म्हणून!

गुलशननं खोल श्वास घेतला आणि तिला हुंदका फुटला. अश्रू

गालावर ओघळू लागले. ती तोंडातल्या तोंडात बडबडू लागली. कुणासमोर बोलण्याची, मन मोकळं करण्याची तिची सवयच मोडली होती. मोठ्यानं रडणंसुद्धा तिला गुन्हा वाटत होता. अम्मीनं प्रेमानं तिच्या पाठीवरून हात फिरवला. पुन्हा तिला विश्वास दिला. "आम्ही आहोत. तू फक्त सांग तुला काय हवंय? माझा खूप जीव आहे तुझ्यावर. जे झालं त्यासाठी मला माफ कर! माझी आणि अब्बांची अशी इच्छा आहे की तू यातून मोकळं व्हावंस, गुलशन! आणि लक्षात ठेव, आमचं घर हे तुझं आणि तुझ्या मुलांचंसुद्धा आहे." अम्मीच्या साध्या रडू नकोस असं म्हणण्यानंसुद्धा अश्रू थांबतात. पण या वेळी तिनं तसं म्हटलं नाही. किती वेळ ती गुलशनचा हात धरून तिला रडू देत होती. एकदाही थांब म्हणाली नाही. काही वेळा अश्रू गरजेचे असतात आणि गुलशननं जर त्यांना वाट मोकळी करून दिली नाही तर ती आतल्या आत घुसमटत राहील याची अम्मीला कल्पना होती. ती वेदना सहन करण्याच्या मर्यादेच्या पलीकडे गेली होती. तिनं मोकळं होणं गरजेचं होतं. इतका वेळ गप्प बसल्यानंतर गुलशननंच अचानक बोलायला सुरुवात केली, त्यांनी आधीही मला जिवे मारायचा प्रयत्न केला होता. हे ऐकून अम्मी एकदम ताठ बसली, तिचा हात अजूनही गुलशनच्या हातावर होता. माझ्या गळ्यात आवंढा दाटून आला. खूप काही बोलावसं वाटत होतं. पण रडू फुटायची भीती होती. आम्ही सगळे शांत होतो. 'तो पैशासाठी आधीही मारपीट करायचा. मी शक्य तितकं मागितलंच, पण तुम्ही लोक तरी किती देणार? मऊआइमाला आल्यावर त्याच्या अम्मी-अब्बांनी त्याचीच री ओढली. त्यांना कार हवी होती. त्याला काही कामधंदा नसताना गाडी कशाला हवी होती? मी जेव्हा असं बोलून दाखवलं तेव्हा त्यांनी माझं डोकं धरून भिंतीवर आपटलं. पुढचा अख्खा आठवडा मला कुणाच्याही मदतीशिवाय तासन्तास लाकडं तोडायला लावायचे, घरात शिरता क्षणी स्वयंपाकला जुंपायचे. पाच मिनिटं जरी पाठ टेकली तरी मला मुलांपासून दूर ठेवलं जायचं. त्याची अम्मी मुलांना तिच्या खोलीत झोपवायची. मुलं दिसली नाही की मी सैरभैर व्हायचे. मला खूप भीती वाटायची, अम्मी, खूप भीती वाटायची.' त्या रात्री गुलशननं तिनं सोसलेल्या

छळाबद्दल, त्या क्रूर, नीच लोकांबद्दल सगळं सांगितलं. जमालुद्दीनच्या एका बहिणीचं स्थानिक नेत्याबरोबर प्रेमप्रकरण सुरू होतं. त्याच्या बायकोनं याविरुद्ध आवाज उठवला तर तिला जाळून मारण्यात आलं. त्या नेत्याविरुद्ध खुनाची केस दाखल झाली. पण त्या खुनाचं पद्धतशीरपणे आत्महत्येत रूपांतर केलं गेलं आणि तो सुटला. हे सगळे लोक आणि त्यांच्या गोटातली माणसं म्हणजे छुपे गुंड आहेत.

गुलशनचा मानसिक छळ केला जात होता आणि त्यांचं ऐकलं नाही तर तिच्या घरच्यांपर्यंत तिच्या आत्महत्येची बातमी पोचेल अशी धमकी दिली जात होती.

ती पूर्णपणे कोंडीत सापडली होती. तरीही परिस्थिती सुधारावी यासाठी ती प्रार्थना करायची. असेही काही दिवस यायचे जेव्हा जमालुद्दीन प्रेमानं वागायचा. कधीतरी तिला हवं ते खाऊपिऊ घालायचा किंवा त्याच्या पलंगावर झोपू द्यायचा. तिला खरंच असं वाटायचं की त्यांच्या प्रेमात ताकद आहे. तो आपल्या घरच्यांच्या म्हणण्यात आहे आणि त्याला तिला त्याच्या मनासारखं वागवता येत नाहीये. पण शेवटी तिला कुठलाच मार्ग सापडला नाही आणि जेव्हा मृत्यू समोर येऊन उभा ठाकला तेव्हा मात्र जीव मुठीत घेऊन पळायची वेळ आली.

त्या रात्री तिची कहाणी ऐकून आम्ही सुन्न झालो. रात्री झोपताना माझ्या डोक्यात एकच विचार येत होता. जर ती त्या क्षणी पळू शकली नसती तर? आम्ही तेव्हा मऊआइमामध्ये राहत नसतो तर? मग आम्हाला खरंच तिच्या आत्महत्येचीच बातमी कळली असती का? दुसऱ्या दिवशी बहुतेक अम्मीनं रात्रीची कहाणी अब्बांच्या कानावर घातली. असं ठरलं की गुलशन आणि मुलं आमच्याबरोबरच राहणार. जमालुद्दीनकडे कधीही परत जाणार नाहीत. यापुढं गुलशन आणि तिच्या मुलांच्या आयुष्याची नवीन सुरुवात होती. सौफी आणि रिजाला सुरुवातीला आपण आपल्या अब्बांकडे का परत जात नाही असा प्रश्न पडायचा; पण लवकरच इथल्या सुरक्षित आणि शांत वातावरणात दोघं रमून गेली. त्यांचं आयुष्य सुरळीत चालावं म्हणून त्यांना शाळेत घालायचं ठरलं. काही दिवसात गुलशनमध्ये हळूहळू बदल जाणवायला लागला. ती मोकळेपणानं हसू लागली. कधीतरी अचानकच तिचा

पूर्वीचा अवखळपणा डोकावून जायचा. एक दिवस तिनं चिकन बिर्याणी बनवली आणि उरलेली बिर्याणी भिकाऱ्याला देऊन टाकली. तो तिच्यासाठी आनंदाचा दिवस होता, कारण तिच्या सासरी तिला कोणताही निर्णय घ्यायचं स्वातंत्र्य नव्हतं.

ते सोळावं वर्ष माझ्यासाठी खूप कठीण होतं. मला माझ्या मर्यादांची जाणीव करून देणारं! माझ्या जवळच्या माणसाबरोबर घडलेल्या क्रूर घटनांची मी साक्षीदार होते. कोणीच अजिंक्य नव्हतं. कुठलीच बाई सुरक्षित नव्हती. गुलशन परत आल्यापासून मला संतापाने झटके येत असत. मी थरथर कापायचे, डोळे लाल व्हायचे आणि डोकं बधिर व्हायचं.

ओळखीपाळखीच्या बायका फावल्या वेळात घरी येऊन बसत. काही काळजीपोटी येत, काही वेळ जात म्हणून येत तर काही निव्वळ कुचाळक्या करायला येत. पण कोण खरच मदत करायच्या इच्छेनं येतंय हे मला लगेच कळायचं. अशा बायका गुलशनचं ऐकून घ्यायच्या. त्यांच्या डोळ्यांतून पाणी यायचं. त्यांना खरंच सहानुभूती वाटायची. गुलशन कशातून गेलीये हे त्यांना कळायचं.

अशीच एक बाई गप्पा मारायला आली होती आणि तिच्या एका मैत्रिणीबद्दल सांगत होती. ती खूप जास्त शाम्पू वापरते अशी सासू-सासऱ्यांनी तक्रार केली म्हणून नवऱ्यानं तिला केस कापायला सांगितलं आणि तिनं नकार दिल्यावर तिला मारहाण केली. तिनं भांडी धुतल्यावर सासू-सासरे किती साबण वापरलं ते तपासायचे. तिला आई-वडील, भावंड नव्हतं. बाकी नातेवाइकांनी लग्न करून दिल्यावर पाठ फिरवली होती. तिच्या माहेरच्यांना वाटत होतं की हुंडा देऊन लग्न करून दिलं म्हणजे आपली जबाबदारी संपली त्यामुळे ती मुकाट्याने सगळा छळ सहन करत होती. ती हे सांगत असतानाच जी गोष्ट लपवत होती, ती तिच्या हातावरील व्रणांनी मला सांगितलीच. ती बहुतेक स्वतःबद्दलच बोलत होती.

या सगळ्या बायकांच्या कहाण्या ऐकून माझी झोप उडायची. अशा कितीतरी बायका होत्या ज्यांचा आपल्या आयुष्यावर काहीच अधिकार नव्हता. आपल्यासारख्या इतर बायकांच्या कहाण्या ऐकणं

हाच एकमेव आधार! हे पाहून मला वाईट वाटलं. त्या आधारातून, एकमेकींशी बोलण्यातून त्यांना सहन करण्याची ताकद मिळत असावी!

हळूहळू गुलशन आणि तिच्या मुलांचं बस्तान बसलं. मुलं शाळेत जाऊ लागली आणि गुलशन घरातली कामे पाहू लागली. जमालुद्दीनचा विसर पडत होता. पण २८ एप्रिल २०१४ ला अचानक त्याचा फोन आला. घरात इतकी माणसं असतानाही तो नेमका गुलशननं उचलला. 'तलाक, तलाक, तलाक' तो ओरडला. २२ ऑगस्ट २०१७पर्यंत 'ट्रिपल तलाक' हा कायदेशीर मानला जायचा. फक्त तीन वेळा 'तलाक' म्हटले की मुस्लीम पुरुष लग्नाच्या बंधनातून मुक्त होऊ शकत असे. ते तीन शब्द ऐकून गुलशन संतापानं थरथर कापू लागली. नातं संपवण्याचा अधिकारसुद्धा त्यालाच मिळाला होता. तलाक देण्याचा हक्कसुद्धा त्यानं हिरावून घेतला होता. तसंही तिनं तलाक द्यायचा ठरवला असता तर भरपूर वेळ लागला असता आणि अपमान झाला असता तो वेगळाच. पण निदान तिनं जे भोगलंय त्याबदल्यात वेगळं होण्याचा निर्णय तिनं घेतला असता तर तिच्या मनाला समाधान तरी मिळालं असतं. जमालुद्दीनला तलाक द्यायचा अधिकार तरी होता का? त्याला त्यांच्या लग्नात अडचणी वाटत होत्या आणि बायकोबद्दल तक्रारी होत्या हे त्यानं तलाक देऊन स्पष्ट केलं होतं. पुन्हा एकदा त्यानं गुलशनच्या आत्मसन्मानाच्या चिंध्या केल्या होत्या. गुलशन उन्मळून पडली. त्या भयानक लग्नातून जरी तिची सुटका झाली होती, तरीही जमालुद्दीन पुन्हा पूर्वीसारखा होईल, ज्याच्यावर तिनं पूर्वी प्रेम केलं होतं तसाच पुन्हा वागेल असं तिला कुठंतरी वाटत असावं. इतक्या दिवसांचा दुरावा कदाचित त्याला बदलेल आणि सगळं ठीक होईल असं तिला वाटे. या 'ठीक'ची तिची व्याख्या काय होती कुणास ठावूक? ते दिवस कठीण होते. खूप दिवस चर्चा केल्यावर हा तलाक म्हणजे वाईटातून चांगलं घडलंय यावर एकमत झालं. अम्मी-अब्बा गुलशनला तिच्या योग्यतेची जाणीव करून देत होते. जमालुद्दीन, ज्यानं इतक्या सहज, फोनवरच आपल्या मुलांच्या अम्मीला झिडकारलं, एकदाही लग्न वाचवायचा प्रयत्न केला नाही तो अजिबातच गुलशनच्या लायकीचा नव्हता.

आठवड्याभरात त्याचा पुन्हा फोन आला. त्याला मुलांना भेटायचं

होतं. गुलशननं साफ नकार दिला. जर त्याला मुलांना भेटायची परवानगी दिली तर, तिला मुलं परत दिसणारच नाहीत अशी तिला धास्ती वाटत होती. ती सासरी असताना तिला मुलांपासून लांब ठेवलं जायचं. मुलांना जर तिकडे पाठवलं तर ते लोक त्यांना पुन्हा आमच्याकडे परत पाठवतील असा विचार करणंसुद्धा मूर्खपणाचं होतं. लवकरच अशा फोनची संख्या वाढली. धमक्या देणं सुरू झालं. एका क्षणी तो कायदेशीर कारवाईची धमकी द्यायचा तर दुसऱ्या क्षणी आमच्या नैतिकतेला हात घालायचा. कधीकधी तर तो तिला परत ये म्हणायचा. आपल्या चुकीच्या वागणुकीबद्दल जीव तोडून माफी मागायचा. त्यानं इतक्या सहज आणि कोडगेपणानं दिलेला तलाक मागे घेण्यासाठी विनवण्या करायचा. पण गुलशनला तलाक देणं त्याच्यासाठी जितकं सोपं होतं, तितकंच त्याला माफ करणं तिच्यासाठी अवघड होतं.

त्याच्या मागण्यांना आणि धमक्यांना कुणी भीक घालत नव्हतं. अम्मी आणि अब्बा आता पहाडासारखे तिच्या पाठीशी उभे होते. ती जरी डगमगली तरी ते तिला पुन्हा उभं करायचे. हा एक फोनचा त्रास सोडला तर आयुष्य तसं सुरळीत चालू होतं.

रोज सकाळी गुलशन आणि अम्मी आमच्यासाठी चहा करायच्या आणि आम्ही चहा-खारी खायचो. सौफी आणि रिजा अजून थोडं झोपू दे म्हणून कुरकुर करत. आणि गुलशनला मागे लागून त्यांना शाळेत पाठवावं लागायचं. मी जरा लवकर शाळेत जायचे. त्यांची शाळा माझ्या आधी सुटत असल्यामुळं, गुलशन त्यांना आणायला जायची. एक दिवस गुलशन नेहमीप्रमाणे त्यांना आणायला गेली. रिजा धावत धावत तिच्या मिठीत शिरली आणि भूक लागली, भूक लागली करू लागली. गुलशन हसली आणि तिला बिर्याणी करून देईन म्हणाली.

आता सौफी आला की घरी निघायचं. तो नेहमी टंगळमंगळ करत यायचा. पण त्या दिवशी दहा मिनिटं उलटून गेली तरी त्याचा पत्ता नव्हता. तिला आता भीती वाटायला लागली. अजून कसा आला नाही हा? तिनं रिजाला कडेवर घेऊन त्याच्या वर्गाची वाट धरली. वर्ग पूर्ण रिकामा होता. ती शिक्षकांच्या खोलीकडे धावली. तिथल्या एका शिक्षिकेला तिनं सौफीबद्दल विचारलं.

सौफी? त्याला त्याचे अब्बा लवकर घेऊन गेले. तो जायला तयारच नव्हता, रडत होता. पण ते म्हणाले की त्याला बरं नाही. मला वाटलं म्हणूनच रडरड करतोय. हे ऐकून गुलशनच्या पायाखालची जमीनच सरकली. रिजाला कडेवर घेऊन ती बाहेर धावली. रिक्षा करून घरी आली. ९ मे २०१४! याच दिवशी सौफीला त्या लोकांनी उचलून नेलं होतं. अजूनही तो भयानक दिवस माझ्या लक्षात आहे.

गुलशन घरी आली तेव्हा आम्ही स्वयंपाक करत होतो. तिचा पार अवतार झाला होता. श्वाससुद्धा न घेता बोलत होती. आम्हाला एक अक्षर कळत नव्हतं. ती घरभर तिची बॅग, पैसे आणि तिचा फोन शोधत होती. 'गुलशन काय झालंय? सौफी कुठं आहे? ठीक आहे ना तो?' अम्मी पुन्हा पुन्हा विचारत होती. 'जमालुद्दीन शाळेतून घेऊन गेला त्याला, त्यानं उचलून नेलं त्याला.' एकदाचं तिनं तोंड उघडलं.

"काय?" अम्मी किंचाळली. तिनं लगेच कामासाठी बाहेर गेलेल्या अब्बांना फोन लावला. नशिबानं ते मुंबईहून आम्हाला भेटायला आले होते. अब्बांनी आम्हा सगळ्यांना घरातच थांबून राहायला सांगितलं. फक्त अम्मी आणि ते गुलशनच्या सासरी जाणार होते. त्यांनी गुलशनलासुद्धा मागे न येण्याची ताकीद दिली होती.

दोन तास आम्ही चुळबुळत वाट पाहत होतो. गुलशन एक शब्दही न बोलता रडत बसली होती. तिला आपण रडतोय याचीतरी शुद्ध होती की नव्हती काय माहीत!

अब्बा आणि अम्मी हात हलवत परत आले. आमच्या लक्षात आलं की आम्ही सौफीला गमावलंय. त्यांनी जे सांगितलं ते खरंच भयानक होतं. अम्मी- अब्बा त्यांच्या घरी पोहचले तेव्हा सौफी तिथेच होता. जमालुद्दीन, त्याची अम्मी, अब्बा, बहिणी सगळे अंगणात जमा झाले होते. त्यांनी अम्मी-अब्बांना शिवीगाळ करायला सुरुवात केली आणि धक्काबुक्की करून बाहेरच थोपवून धरलं. अम्मीनं सौफीला गुलशनकडे जाऊ द्या म्हणून विनवणी केली तर तिला मारहाणसुद्धा केली. बाहेर चाललेला गोंधळ ऐकून सौफीला वाटलं की त्याची अम्मी आली त्यामुळे तो धावत बाहेर आला. तो त्याच्या नानीकडे झेपावताच जमालुद्दीनच्या अम्मीनं त्या भेदरलेल्या पोराला उचलून घेतलं आणि घरात जाऊन दार लावून घेतलं. जमालुद्दीननं अक्षरशः त्यांना हाताला

धरून बाहेर काढलं. अशा परिस्थितीत काहीही करणं अशक्य होतं. इतक्या लोकांपुढे या दोघांचा निभाव लागणं कठीण होतं. आणि जमालुद्दीनच्या घरचे किती खालच्या थराचे आहेत हे माहीत असल्यामुळं अब्बा, अम्मीला अजून संकटात पडायचं नव्हतं.

अम्मी, अब्बा सौफीला न घेताच परत आले; पण त्याचा आक्रोश त्यांना रात्र रात्र झोपू देत नव्हता. आता एकच आशेचा किरण होता. तो म्हणजे पोलीस! त्याचं दिवशी संध्याकाळी गुलशननं जमालुद्दीनच्या विरोधात अपहरणाची केस केली. पुढचे काही दिवस नुसता सावळा गोंधळ सुरू होता. अब्बा रोज केसच्या प्रगतीची चौकशी करायला पोलीस स्टेशनात जात; पण काहीच माहिती मिळत नसे. गुलशन सासरच्या प्रत्येक नातेवाइकाला फोन करत होती; पण कुणीही तिचा फोन उचलत नव्हतं. आणि शेजारपाजारचे लोक काही न करता सौफीच्या ठावठिकाणाबद्दल त्या लोकांनी मुद्दाम पसरवलेल्या अफवाच आम्हाला ऐकवत होते. रोज रात्री आम्ही हतबल होऊन बसलेले असायचो. कुठूनही बारीकशी जरी माहिती मिळाली तरी त्यावर चर्चा करायचो. सल्ले भरपूर येत होते. पण एकही उपयोगाचा नव्हता. खूप दिवस पाठपुरावा केल्यावर शेवटी १८ मे २०१४ रोजी पोलिसांचा फोन आला. त्यांनी दुसऱ्या दिवशी अलाहाबादच्या हायकोर्टात पोहोचायला सांगितलं. बाकी काहीही माहिती दिली नाही. फक्त म्हणाले की सौफी आता त्यांच्याजवळ असणार आहे आणि आम्ही त्याला आमच्या घरी घेऊन जाऊ शकतो. आम्ही पुढे काही विचारायच्या भानगडीत पडलोसुद्धा नाही. ते आपलं काम करत होते, हेच आमच्यासाठी खूप होतं. आणि त्यांचा वेळ वाया घालवण्यात काही अर्थ नव्हता. दुसऱ्या दिवशी माझी आलिमाची परीक्षा होती. पण घरातल्या या सगळ्या गडबडीमुळे मी अभ्यास गुंडाळून ठेवला होता. सौफी, माझा भाचा पुन्हा घरी येणार होता.

संकटांचे डोंगर

मी उजवीकडे वळून चादर डोक्यावर ओढून घेतली. डोळ्यांवर अजिबात उजेड नको म्हणून डाव्या हातानं चेहरा झाकून घेतला. अंथरुणातून बाहेर यायची अजिबात इच्छा नव्हती.

"रेश्मा, उठायची वेळ झाली, बाळा!" अम्मी मला हलवत म्हणाली. "अजून पाच मिनिटं," मी म्हणाले. माझ्या आळशीपणाबद्दल काहीतरी पुटपुटत ती उठली आणि आपल्या कामाला लागली.

सकाळी लवकर उठणं हा माझा प्रांत नाही. ज्या दिवशी दुपारपर्यंत लोळत पडायला मिळेल तो खरा माझा दिवस. पण दुर्दैवानं त्या दिवशी उठण्याशिवाय गत्यंतर नव्हतं. १९ मे २०१४ हा दिवस तीन कारणांमुळे महत्त्वाचा ठरणार होता. परंतु त्या सकाळी मला त्यातल्या तिसऱ्या आणि भयंकर कारणाची पुसटशीसुद्धा कल्पना नव्हती.

अंथरुणात हातात फोन घेऊन मी उगीचच काहीतरी बघत बसले. एका क्षणी वाटलं, पट्कन उठावं, अंघोळ करावी. पण तरी मी लोळतच पडले. आज माझी आलिमाची परीक्षा होती. आणि काल रात्रीपासून माझी भीतीनं गाळण उडाली होती. माझ्या छातीत धडधडत होतं. मी नापास होणार आहे असंच वाटत होतं, खरंतर खात्रीच होती. पण आज गुलशन पोलीस स्टेशनला जाऊन सौफीला परत आणणार होती. त्यामुळे एक खुशीदेखील होतीच.

ती जास्तीची पाच मिनिटं माझ्या अपेक्षेपेक्षा लवकर संपली. नाइलाजानं मी उठले. फरशीवर पाय ठेवताक्षणी झालेल्या छोट्याशा आवाजानंसुद्धा माझी चिडचिड झाली. माझा चुलत भाऊ माझ्या शेजारी झोपला होता. क्षणभर मला त्याचा मत्सर वाटला. मला माझं लहानपण

आठवलं. तेव्हा ना परीक्षा होत्या ना कुठल्या अपेक्षा! अम्मी-अब्बांना माझ्या भविष्यासाठी धडपडावं लागत नव्हतं.

एकीकडे अजून पाच मिनिटं झोपायला काही हरकत नाही असं आतला आवाज सांगत होता. पण मला तिकडं दुर्लक्ष करणं भाग होतं. 'आपण या परीक्षेसाठी खूप अभ्यास केला आहे आणि संध्याकाळी सौफी भेटणार आहे, त्यामुळे दिवस कसा भरकन जाईल,' मी माझ्या मनाला समजावलं. आज मागे वळून पाहताना वाटतं की ही त्या दिवशीची माझी पहिली चूक तर नव्हती? मी अंधारात चाचपडत उठले. आणि बाथरूममध्ये गेले. गुलशन स्वयंपाकघरात भांडी घासत होती. माझा पडलेला चेहरा बघून तिनं विचारलं, "बरंय ना?" तिचा प्रश्न मला टाळता येईना. "टेन्शन आलंय," असं म्हणत ती अजून काही विचारायच्या आत मी तिकडून काढता पाय घेतला. सकाळची अजान ऐकून त्या दिवशी माझ्या अंगावर काटा आला. खरं म्हणजे अजान ऐकून मला नेहमीच शांत वाटायचं, पण आज मात्र राहून राहून मला मुंबईची आठवण येत होती.

परीक्षेच्या नावानं मला कापरं भरलं होतं. मी धावत जाऊन दात घासले. स्वतःला आरशात बघितलं. माझा डावा हात थंड पडला होता. मी आरशात पाहून श्वास रोखून धरला. मला असा किती वेळ श्वास रोखायला जमतं ते पाहायचं होतं. पण समोरच्या पिवळ्या लाइटचा प्रकाश आणि श्वास रोखल्यामुळे डोळ्यांसमोर चमकणारे ठिपके एकत्र होऊन काहीतरी विचित्र भास व्हायला लागले आणि मी तो खेळ थांबवला. कितीवेळ तो प्रयोग जमला ते कळलंच नाही.

मी अंघोळ न करताच जायचं ठरवलं. आज अंघोळीपेक्षा परीक्षा महत्त्वाची होती आणि अंघोळ काय दुपारची नमाज होण्याआधी करता आली असती. मला एकदम अब्बांची आठवण आली. ते सध्या मुंबईत होते. ते इथे असते तर काहीतरी कारण काढून त्यांनी मला नक्की हसवलं असतं. 'एवढं काय घाबरते! साधी परीक्षा तर आहे.' मी पुन्हा स्वतःशी म्हणाले आणि बाथरूममधून गुलशनचा नकाब घालून बाहेर आले. मी अब्बांना माझा जुना नकाब मुंबईहून आणायला सांगायला विसरले होते. माझ्याकडे नवा होता. पण मी तो एखाद्या खास प्रसंगासाठी राखून ठेवला होता. म्हणून गुलशननं मला तिचा

एक नकाब दिला होता.

तिचा नकाब घालणं ही माझी दुसरी चूक होती की काय?

मी बाहेरच्या खोलीत आले. "चल रेश्मा, उशीर होतोय," गुलशन न चिडता म्हणाली. खरं सांगायचं तर ती माझ्या परीक्षेमुळे घाई करत नव्हती. तिचं कारण वेगळंच होतं, तिला कोर्टात जायचं होतं.

मला अजिबात वाईट वाटलं नाही. मला आनंदच होत होता. मागचे काही दिवस तिच्या डोक्यात उलटसुलट विचार येत होते. तिच्यातला कडवटपणा पाहून वाईट वाटत होतं. पण आज मात्र गुलशन नेहमीसारखी वाटत होती. आज तिला तिचा मुलगा भेटणार होता. तिला अकरा वाजता कोर्टात हजर राहायचं होतं. माझ्या हातापायांना मात्र अजून घाम सुटला होता. तिला आनंदात बघून मला जितका आनंद व्हायला हवा होता तितका होत नव्हता.

"बेटा, चहा आणि टोस्ट खाऊन घे," अम्मी चहा देत म्हणाली. मी काहीही न बोलता चहाचा कप तोंडाला लावला आणि जीभ भाजून घेतली. टोस्टचा एक तुकडा तोंडात टाकला. मी काही बोलायच्या आत अम्मी परत दही-साखरेची वाटी घेऊन आली आणि माझ्या तोंडात चमचा घातला.

"सगळं ठीक आहे ना?" माझ्या कपाळाला हात लावून तापबिप तर नाही ना हे बघत अम्मी म्हणाली. ती नेहमी असंच करायची. वागण्यात जरा बदल जाणवला की तिला वाटायचं की आजारीच पडलाय माणूस! "तुला अजून टेन्शन आहेच का?"

"काय झालयं ते कळतं नाहीये अम्मी. मला वाटतंय की मी नापास होईन किंवा काहीतरी अजून वाईट होईल," मी आवंढा गिळत म्हणाले. "श्शऽ" अम्मीनं मला गप्प केलं. माझा चेहरा हातात घेत म्हणाली. "तुला जर खात्री वाटत नसेल तर नको जाऊस. साधी परीक्षा तर आहे. नंतर कधीतरी दे. थांब घरीच. आपण सौफीची वाट पाहू."

मागच्या दोन दिवसांतल्या घडामोडींचा माझ्या मनावर परिणाम झाला असणार असं कदाचित अम्मीला वाटत होतं. सौफीला उचलून नेलं, आता पोलिसांकडून आणायचं असं किती काय काय घडून गेलं होतं.

"मी येऊ का तुझ्याबरोबर?" अम्मीनं विचारताच मी 'हो' म्हणून मान डोलवली.

एक क्षणात तिनं हिजाब चढवला. तितक्यात माझ्या शेजारच्या मैत्रिणी फिरदौस आणि अफरोज आल्या. "माझी आज परीक्षा द्यायची अजिबात इच्छा नाही." मी त्यांना सांगितलं.

"पण आपण खूप अभ्यास केलाय, रेश्मा." फिरदौस म्हणाली. "इतका काही कठीण नसणार पेपर!" बाकी सगळ्यांचंही हेच म्हणणं पडलं आणि तसंही आता नाही म्हणायला उशीर झाला होता. मी तयारसुद्धा झाले होतेच.

अम्मीसकट आम्ही सगळे बाहेर पडणार तितक्यात रिजानं रडायला सुरुवात केली. "मी आले तर हिच्याकडे कोण बघणार?" अम्मीनं तिला उचलून शांत करण्याचा प्रयत्न केला. पण ती रडणं थांबवायला अजिबात तयार नव्हती. ती फक्त गुलशन किंवा अम्मीबरोबरच नीट राहायची. त्यामुळे अम्मीनं घरीच थांबायचं ठरवलं.

"मीही सगळ्यांबरोबरच निघते, तू रिजाची काळजी घे," असं म्हणत मी गुलशन, फिरदौस आणि अफरोजच्या मागे निघाले. आमची परीक्षा ८ वाजता होती आणि आम्हाला बरच लांब जायचं होतं. गुलशन आणि फिरदौस पुढे चालत होत्या. मी आणि अफरोज हळूहळू त्यांच्या मागे चालत होतो. रस्ते इतके अरुंद होते की अफरोज बरोबर एकत्र चालणंसुद्धा अवघड होतं. एखादी भरधाव गाडी अंगावर येते की काय या भीतीनं मी सारखं मागं वळून पाहत होते.

मला आठवतंय एकदा एका म्हाताऱ्या भाजीवाल्याला त्याची जड हातगाडी नेटानं ढकलताना पाहिलं होतं. त्याची प्रचंड चिकाटी पाहून मी थक्क झाले होते. त्याचे डोळे खोल गेले होते. गुडघे ओझ्यामुळे कुठल्याही क्षणी वाकतील असं वाटत होतं. रस्त्यावर गाड्या त्याला खेटून जात होत्या, कुत्री त्याच्याकडे पाहून भुंकत होती. रस्त्यात कुठेतरी आया पोरांवर ओरडत होत्या, माणसं त्यांची दुकानं थाटत होती तर काही लोक रिक्षा थांबवून कामावर जायच्या गडबडीत होते. पण या सगळ्या गोंधळात तो माणूस मात्र स्वतःच्याच नादात पाय खुरडत चालत होता. या गर्दीमुळे मला त्या माणसाची आठवण झाली.

मऊआइमा म्हणजे काही मुंबई नव्हतं; पण आम्ही जिथे राहत होतो तो भाग बराचसा मुंबईची आठवण करून देणारा होता. मला वाटतं आपलं आयुष्य आपल्याला कुठेही घेऊन गेलं तरी काळ कुणासाठीही थांबत नाही. त्यामुळे आपल्याला आहे त्या परिस्थितीचा स्वीकार करावा लागतो. आणि मुत्यूसकट सगळी सूत्रं काळाच्याच हातात असतात हे लक्षात घ्यावंच लागतं. त्या माणसावर, अशी वेळ का आली असेल? त्याच्या झिजलेल्या देहाकडे बघून वाटत होतं की यानं खूप भोगलेलं आहे. त्याच्या घरचे कुठे असतील? असं काय काय वाटून गेलं.

विचार करता करता अचानक मला जाणवलं की मी काहीतरी विसरलेय. बॅगेत हात घालून पाहिल्यावर आठवलं, ''या अल्ला, मोबाइल घरीच राहिला वाटतं. परत जाऊन आणावा लागेल.'' मी अफरोजचा हात धरून ओरडले.

मी माझ्या मोबाइलशिवाय अजिबात राहू शकत नव्हते. मी पुन्हा एकदा बॅग तपासली. आम्ही का थांबलोय ते बघायला फिरदौस मागे आली. ''मी पट्कन जाऊन मोबाइल घेऊन येते. लगेच येते. तुम्ही तिघी पुढे व्हा. तुम्हाला परीक्षेला उशीर नको व्हायला,'' मी बॅगची चेन लावत म्हणाले. ''काहीही काय! तुला आता तुझा मोबाइल कशाला हवाय? तुझ्या मैत्रिणी इथेच आहेत. आणि अगदी लागलाच तर आमच्यापैकी कुणाचातरी वापर,'' गुलशन म्हणाली. माझ्यामुळे उशीर होत होता त्यामुळे तिघीही वैतागल्या होत्या. वाद घालण्यात अर्थ नव्हता. तसंही परीक्षा असल्यामुळे त्याचा फारसा उपयोग होणार नव्हताच.

नंतर मला कळलं की मोबाइल आणायला न जाणं ही माझी तिसरी चूक होती.

आम्ही चालत चालत बाजारात आलो. रेल्वे स्टेशनला लागूनच बाजार असल्यामुळे सकाळी ७.३० वाजतासुद्धा सगळीकडे गर्दी होती. फेरीवाल्या बायका संत्री, केळी सफरचंद वगैरे विकत होत्या. काहीजणी कानातले गळ्यातले विकत होत्या. ''बेटा, बोहनीची वेळ आहे,'' नक्षीकाम केलेले बूट विकणारी एक आजी मला म्हणाली. मी उगीच बूट बघत थांबले. मी काहीतरी विकत घेऊन तिला मदत करू शकणार

नव्हते म्हणून मला उगीच कसंतरी वाटलं. बोहनी चांगली झाली की दिवसभर चांगला धंदा होतो असं मानतात.

रस्ता अरुंद होता त्यामुळे चालताना चिडचिड होत होती पण रिक्षा आणि बाकी गाड्यांच्या कर्णकर्कश हॉर्नचा मात्र मला त्रास होत नव्हता. रस्त्याच्या उजवीकडची बाजू फेरीवाल्यांनी अडवली होती. डावीकडे मुघलांनी किंवा ब्रिटिशांनी बांधलेली एक जुनी लाल विटांची पडकी भिंत होती. आम्ही तिच्याच बाजूबाजूनं चालत होतो. ती नक्कीच स्वातंत्र्यपूर्व काळात कधीतरी बांधलेली असणार.ती आता मोडकळीस आली होती. कधीतरी मोठ्या गाड्यांना वाट द्यायला आम्ही तिचा आधार घ्यायचो.

चालता चालता अचानक मला एक ओळखीचा चेहरा दिसल्याचा भास झाला. एका बाइकवरचा माणूस जमालुद्दीनच्या पुतण्यासारखा दिसला. तो कसा असेल? मी मनात म्हणाले आणि अफरोज बरोबर चालत राहिले. गुलशन आणि फिरदौस आमच्या थोडं पुढं होत्या. इथून पुढचा घटनाक्रम एखाद्या भयानक सिनेमाच्या कथेसारखा माझ्या मेंदूत कोरला गेला आहे. कुणीतरी मला एकदा विचारलं होतं, "तुला एकच सिनेमा परत परत बघायला का आवडतो?" आणि मी उत्तर दिलेलं की त्याचा शेवट आधीच माहीत असल्यामुळे मी निर्धास्त असते. पुढे काय होईल याचं टेन्शन नसतं. पण ही घटना मात्र मी नंतर अनेक दिवस सारखीसारखी आठवून बघायचे आणि काही गोष्टी मागेपुढे झाल्या असत्या तर काय वेगळं घडलं असतं याचे तर्क लावायचे. घडलं होतं असं की आम्ही त्या भिंतीजवळून जात होतो.

गुलशन मला त्या पाच फुटी भिंतीजवळ अचानक थांबलेली दिसली. कुणीतरी तिला हाक मारल्यासारखी वाटली म्हणून ती त्या भिंतीकडे बघत होती. मी जिथं उभी होते तिथून भिंतीच्या मध्यभागी असलेल्या काही विटा पडल्या होत्या. त्यामुळे भिंतीला भगदाड पडलं होतं आणि पलीकडचं दिसत होतं. गुलशन त्या भगदाडात हात घालून काहीतरी करताना मी बघितलं. माझी पापणी फडकायच्या आत होत्याचं नव्हतं झालं होतं. त्या भिंतीपलीकडे जमालउद्दीन होता.

त्याच्या हातात कसल्यातरी विषारी द्रव्यानं भरलेली बाटली होती. जेव्हा गुलशनला त्या भगदाडातून जमालुद्दीनचा हात बाहेर येताना

दिसला तेव्हा तिला येणाऱ्या संकटाची कल्पना आली.

बाटलीतलं ॲसिड तो तिच्यावर फेकणार होता. पण तिनं वेळेत त्याच्या हात धरला आणि त्याचा नेम चुकवला. त्याला ॲसिड तिच्या चेहऱ्यावर फेकायचं होतं; पण तिनं बाटली घट्ट धरून ठेवल्यामुळे ॲसिड तिच्या हातावर सांडायला लागलं.

ती मट्कन खाली बसली. तिचं कोपर वाकून गेलं. वेदनेनं विव्हळत तिनं आपला जळणारा हात घट्ट धरला आणि जिवाच्या आकांतानं किंचाळली. अशी इतकी भयानक किंकाळी मी कधीही ऐकली नव्हती. "धाव रेश्मा, धाव!! रेश्मा, निघ इथून, धाव!" ती न थांबता ओरडत होती.

क्षणभरासाठी मी थिजून उभी राहिले. पण लगेच माझ्या लक्षात आलं की मला जीव मुठीत घेऊन धावलं पाहिजे. माझी कानशिलं तापली होती आणि अवतीभवतीचं काही दिसेनासं झालं होतं. मघाशी दिसलेला जमालुद्दीनच्या पुतण्याचा चेहरा आठवला. फिरदौस गुलशन बरोबर होती. या क्षणी मला माझा जीव वाचवायचा होता. मी मागे वळून पाहिलं तर मला मोटरसायकलवर दोन माणसं माझ्या पुढ्यात आली. एक जमालुद्दीनचा भाऊ होता आणि दुसरा पुतण्या. दोघं गाडीवरून उतरून माझ्याकडे धावले. मी मागे वळले तर जमालुद्दीनही माझ्याच दिशेनं धावत येत होता. गुलशननं त्याच्या मागे धावण्याचा प्रयत्न केला पण वेदनेमुळं तिला धड पळता येईना.

भीती, गोंधळ यात काही क्षण वाया गेले. काही समजायच्या आत जमालुद्दीनच्या भावानं आणि पुतण्यानं मला मागून धरलं होतं. मी घातलेला गुलशनचा नकाब काढून माझे केस ओढून मला ते जमिनीवर पाडण्याचा प्रयत्न करत होते. ते दोघंही धट्टेकट्टे होते तरीही मी प्रतिकाराचा प्रयत्न केलाच. त्यांना ओरबाडलं, मारलं पण त्या राक्षसांपुढे माझा टिकाव लागला नाही. कितीही झालं तरी मी फक्त सतरा वर्षांची होते. माझी ताकद किती पुरणार? कसाबसा एक सेकंदभर मला तोंड उघडून श्वास घ्यायला मिळाला. मी ओरडायचा खूप प्रयत्न केला; पण तोंडातून शब्दच फुटत नव्हता. बहुतेक माझं शरीर मला ओरडण्याची शक्ती वाचवायला सांगत होतं. कारण नंतर मला कितीतरी रात्री ओरडून काढायच्या होत्या. जमालुद्दीनच्या भावानं माझे दोन्ही

हात पकडून डोक्यावर धरून ठेवले होते. त्यामुळे मी काहीच प्रतिकार करू शकत नव्हते. एकानं भरलेली बाटली उघडून माझ्या चेहऱ्यावर त्यातलं द्रव्य ओतायला सुरुवात केली. माझा नकाबसुद्धा काढण्याची तसदी घेतली नाही. मला आठवतंय मी विचार करत होते की हे लोक माझ्या चेहऱ्यावर गरम पाणी का ओतत आहेत? पण तो विचार एक क्षणही टिकला नाही. जमिनीवर पाडून जनावरासारखं वागवल्यामुळे आणि तोंडावर कसलं तरी द्रव्य फेकल्यामुळे झालेला अपमान एवढ्यावरच सगळं भागलं असतं तर किती बरं झालं असतं. पण काही क्षणातच मला एक विचित्र, ओंगळवाणी किंकाळी ऐकू आली. दुसऱ्या क्षणी कळलं की तो माझाच आवाज होता. मी जळत होते आणि त्या भयानक किंकाळ्या माझ्याच तोंडातून येत होत्या. आता कितीही प्रयत्न केला तरी पुन्हा त्या दिवशीसारखं मी ओरडू शकणार नाही. त्या दिवशी सैतानानं जरी माझं किंचाळणं ऐकलं असतं तर त्यानं आपले कान बंद करून घेतले असते. नंतर मला वाटत राहिलं की जर त्या दिवशी सकाळी मी पाच मिनिटं जास्त झोपले असते, माझा नवीन नकाब घातला असता, परीक्षेला गेलेच नसते, फोन घ्यायला परत गेले असते, ते नक्षीदार बूट घ्यायला थांबले असते किंवा सफरचंदासाठी घासाघास करत वेळ घालवला असता तर कदाचित माझ्यावर हा हल्ला झालाच नसता.

पुनर्जन्म

तुम्ही कधी सिगारेट ओढली आहे की नाही मला ठाऊक नाही; पण मी तरी अजिबात ओढलेली नाही. पण मी एखाद्या सिगारेट ओढणाऱ्या माणसाच्या हातावर, मांडीवर अर्धवट पेटलेल्या सिगारेटच्या ठिणग्या पडताना पाहिलं आहे. चटका बसल्यामुळे चेहऱ्यावरचे भाव क्षणभर बदलतात इतकंच! पूर्वी दुसऱ्याला बसलेल्या त्या थोड्याशा चटक्यानं मला चर्र व्हायचं, पण आजकाल मला त्याचं काहीच वाटत नाही.

आजसुद्धा मला माझं ते किंचाळणं आठवलं की अंगावर काटा येतो. वादळापूर्वी जशी एखादी वीज चमकून जाते तसंच मी माझ्या किंकाळ्यांमधून माझ्या आयुष्याचा विनाश पाहिला. वीज चमकायला लागतो त्यापेक्षा कमी वेळातच ॲसिडनं माझं आयुष्य काळवंडून टाकलं. वेदनांचा एक काळाकुट्ट ढग अजूनही मला वेढून असतो.

ती दोघं आली, माझे केस ओढून मला जमिनीवर पाडलं आणि माझ्या चेहऱ्यावर ॲसिड ओतून काही क्षणात गायब झाली. त्यांच्या हातांच्या फक्त काही झटक्यांमुळे माझं आयुष्य होत्याचं नव्हतं झालं होतं. ते मला पाडत असताना त्यांच्यापैकी एकाच्या घड्याळाची चमकती काच विजेसारखी डोळ्यांसमोर क्षणभर चमकून गेली.

वीज आधी चमकते आणि गडगडाट नंतर होतो तशीच एखादी भयानक घटना घडण्याआधी तिची चाहूल लागते. तसंच ते घड्याळ एका क्षणात दिसेनासं झालं आणि दुसऱ्या क्षणी माझ्या किंकाळ्या आसमंतात घुमू लागल्या. माझ्या आयुष्यात घडणाऱ्या अमानुषतेची त्या साक्ष देत होत्या.

माझा नकाब माझ्या चेहऱ्यावर वितळायला लागला. त्यानंतर

कातडी जळल्याचा वास आला. माझं किंचाळणं सुरूच होतं. त्यांनी मला जमिनीवर पाडलं तेव्हा मी घाबरून ओरडत होते, त्यांनी ॲसिड ओतलं तेव्हा मी वेदनेनं किंचाळत होते. एखाद्या पिसाळलेल्या जनावरासारखी जमिनीवर गडाबडा लोळत मी जळत जाणारा नकाब ओरबाडत होते. माझ्या आत्मसन्मानाच्या चिंधड्या झालेल्या पाहून तडफडत होते. आयुष्यात पहिल्यांदा माझा माझ्या शरीरावर काहीही ताबा राहिला नव्हता.

ॲसिड हे एखाद्या धातूलासुद्धा वितळवू शकतं आणि मी तर हाडामांसाची बनलेली होती. ॲसिड पडलेल्या भागावर जर तीन सेकंदात पाणी टाकलं तर नुकसान कमी होऊ शकतं. पण त्या क्षणालाच काय, त्या नंतरसुद्धा कुणीही माझ्या अंगावर पाणी टाकलं नाही.

पहिले एकदोन क्षण मला बर्फात बुडाल्यासारखं वाटलं. ॲसिड इतक्या तीव्रतेने जळत होतं की माझ्या मेंदूपर्यंत चुकीच्या संवेदना गेल्या. पण हा थंडावा एक सेकंदसुद्धा टिकला नाही. आणि पुढच्या क्षणी मला आगीत ढकलून दिल्यासारखं वाटायला लागलं.

सुरुवातीला जे गार वाटतं ते शरीरात एड्रेनालाईन निर्माण झाल्यामुळे जाणवतं हे मला खूप दिवसानंतर कळलं. ॲसिडनं माझा चेहरा जाळायला सुरुवात केली. माझ्या शरीरातून वेदनेच्या अशा ज्वाळा उठत होत्या जसं काही एक एक पेशी फाटून निघत होती. कातडीचा थर जाळत ॲसिड आता हाडापर्यंत पोचलं होतं. माझ्या डोळ्यांसमोर अंधारी आली. वेदना इतक्या तीव्र आणि भयानक होत्या की काही मिनिटंसुद्धा युगांसारखी वाटत होती. मी अक्षरशः मरणाची याचना करू लागले.

गुलशन, फिरदौस आणि अफरोज माझ्याकडे धावल्या. त्या मला हाका मारत होत्या. आणि माझ्या चेहऱ्यावरचं ॲसिड पुसायचा प्रयत्न करत होत्या. पण त्यामुळे ते अजूनच आत शिरलं. गुलशनचा तळवा भाजून निघाला. ती मला उचलण्याचा प्रयत्न करत होती, मदतीसाठी ओरडत होती, आपलं दुखणं विसरून मला वाचवण्यासाठी धडपडत होती. त्यांनी मदतीसाठी मारलेल्या हाका माझ्या कर्कश किंचाळ्यांपुढे विरून जात होत्या. आता या आठवणी आता एखाद्या धूसर स्वप्नासारख्या वाटतात.

त्या अरुंद रस्त्यावर, शेकडो माणसं मला विव्हळताना पाहत उभी होती. त्यातल्या कुणीही त्या हल्लेखोरांना पकडण्याचा प्रयत्न केला नाही. मला वाटतं की सगळे घाबरत होते. पण कुणाला? त्या दोघांना? ते आपल्यावरसुद्धा ॲसिड टाकतील अशी भीती वाटली असेल लोकांना? मला वाटतं, लोक आपल्याकडच्या एकूण व्यवस्थेला घाबरले असतील. आमच्या खेड्यातल्या छुप्या दहशतीला घाबरले असतील. हे कोणी मोठे गुंड निघाले आणि आपण मदत केली म्हणून आपल्यावरसुद्धा उद्या हीच वेळ आणतील असंही वाटलं असेल! नक्की कोणत्या विचारानं ते माहीत नाही; पण सगळे फक्त गंमत बघत उभे होते हे खरं! कदाचित मी जास्तच नकारात्मक विचार करतेय; पण त्या दिवशी एकही माणूस पुढे का आला नाही हा प्रश्न मला आजही पडतोच. असंही असेल की नक्की काय घडलं हे कुणाला लवकर समजलं नसेल. मला तरी माझ्यावर ॲसिड फेकलंय हे त्या क्षणी कुठं माहीत होतं? ॲसिड फेकणारे पळून गेले त्याचं मला फार काही वाटलं नाही; पण बघ्यांची प्रवृत्ती पाहून मात्र धक्का बसला. जेव्हा सगळा तमाशा संपला तेव्हा त्यांनी माझ्याकडे पूर्ण पाठ फिरवली. आता पाहण्यासारखं काही उरलंच नव्हतं. आपण जसं रस्त्यात एखाद्या जखमी होऊन पडलेल्या किंवा मेलेल्या कुत्र्याला ओलांडून जातो ना अगदी तसंच.

मुक्या प्राण्यांनी कचऱ्यात तोंड घातलं किंवा त्रास दिला तर लोकं त्यांना दगडं मारतात, हाकलतात, कधीकधी तर मारून टाकतात. अशावेळी माझा जीव तिळतिळ तुटतो. कारण मीसुद्धा त्या दिवशी एखाद्या पिसाळलेल्या कुत्र्यासारखी मदतीसाठी केकाटत होते. पण माझा आवाज त्या निर्दयी, संवेदनाशून्य कानांपर्यंत पोहोचलाच नाही.

मी गुलशनकडे मरणाची भीक मागत होते. निदान त्या मार्गानं मला होणाऱ्या वेदना तरी थांबल्या असत्या. ती तसं काहीच करू शकतं नव्हती. ती फक्त वेड्यासारखी मदतीची भीक मागत होती. निदान थोडं पाणी कुणीतरी द्यावं, कुणी डॉक्टरकडे न्यावं यासाठी धडपडत होती. पण लोक कोंडाळं करून हातपाय जमिनीला खिळल्यासारखे फक्त गंमत बघत उभे होते. माणुसकी नावापुरती उरली होती.

गुलशननं एक रिक्षा थांबवण्याचा प्रयत्न केला; पण रिक्षावाल्यानं

दवाखान्यात न्यायला नकार दिला. तो आमच्या जवळच रिक्षातून उतरून एका सायकलला निवांत टेकला, पानाची पिचकारी टाकली आणि आजूबाजूच्या लोकांना काय झालंय ते विचारू लागला. मी आता चर्चेचा विषय झाले होते.

मला स्वतःला सावरणं कठीण झालं होतं. मी अजूनही जमिनीवर लोळत होते. 'रेश्मा, शांत हो. उठ, उठायचा प्रयत्न कर. असं किंचाळू नकोस तुला दवाखान्यात जायचं आहे. नाहीतर तू मरून जाशील.' मी मनातल्या मनात स्वतःला ताळ्यावर आणायचा प्रयत्न करत होते पण जमत नव्हतं. मला काही लोक बाजूला सरकताना दिसले. नंतर मला कळलं की मी त्या घाणेरड्या रस्त्यावर सरपटत होते म्हणून लोक जागा करून देत होते. वेदना हळूहळू इतक्या असहनीय झाल्या की माझा आतला आवाजही बंद झाला. मी फक्त आता मरण यावं म्हणून प्रार्थना करत होते. मला नक्की काय होतंय हेसुद्धा मला कळत नव्हतं. ॲसिड म्हणजे नक्की काय असतं हेसुद्धा मला नीटसं माहीत नव्हतं. आजपर्यंत मला कळलं नाहीये की प्रत्यक्षात पेटलेले नसतानासुद्धा मी जळत कशी होते?

थोड्याच वेळात, मोटरसायकलवरून एक माणूस आमच्यासमोर येऊन थांबला. गुलशनच्या म्हणण्याप्रमाणे तो हल्ला झाल्यावर पाचच एक मिनिटात आला. मला मात्र अर्धा तास होऊन गेल्यासारखा वाटत होता. वेळेची हीच तर गंमत आहे.

काही दिवसांनी मी जेव्हा 'वेळ' या गोष्टीचा विचार करायला लागले, तेव्हा जाणवलं की तापलेल्या डांबरी रस्त्यावर तडफडत असतानाची पाच मिनिटं आणि टीव्ही पाहतानाची पाच मिनिटं यात किती फरक आहे! तीच पाच मिनिटं दवाखान्यात माझ्या चेहऱ्यावरच्या जखमा कोरून स्वच्छ करताना किती मोठी वाटतात. हॉस्पिटलमध्ये असताना नर्सेस सकाळी येऊन माझं ड्रेसिंग करायच्या. त्याच्या आधी थोडं अजून झोपायला मागून घेतलेली जास्तीची पाच मिनिटं ही माझी सगळ्यात आवडीची होती. तुम्ही काय करताय यावर तुम्हाला जाणवणारा वेळ अवलंबून असतो. मला मात्र 'वेळ' या संकल्पनेचा तिटकारा आहे. ती अतिशय विश्वासघातकी असते. एका क्षणी तुमच्याशी मैत्री करून पाहते आणि दुसऱ्या क्षणी एखाद्या शत्रूसारखी तुमच्या आयुष्याला

कोंडीत पकडते.

तर, तेव्हा रस्त्यावरच्या शंभर बघ्यांमधून मदतीसाठी पुढे आलेल्या त्या दयाळू माणसानं अफरोज आणि फिरदौसला मला त्याच्या बाइकवर मागे बसवायला सांगितलं. त्या मला जमिनीवरून उचलत असतानाच मला जाणवलं की माझी शुद्ध हरपतेय. माझ्यात जी काय थोडी ताकद शिल्लक होती तिच्या भरवशावर मी उठायचा प्रयत्न करत होते. हा माणूस माझ्यासाठी आशेचा एकमेव किरण बनून आला होता. माझं मन मला सांगत होतं, 'हार मानू नकोस, या क्षणी तर नाहीच.'

उरलीसुरली ताकद आणि धीर गोळा करून मी त्याच्या कमरेभोवती विळखा घालून बसले. हात सैल पडले असते तर मी गाडीवरून खाली कोसळले असते. मला चक्कर येत होती. गुलशन आणि त्या माणसात काहीतरी बोलणं झालं. आमचं घर आणि सगळ्यात जवळचा दवाखाना दोन्ही दहा मिनिटांच्या अंतरावर होते. मोटरसायकलवर जागा नसल्यामुळे गुलशन रिक्षानं हॉस्पिटलला निघाली. फिरदौस आणि अफरोज अम्मीला सांगायला घराकडे धावल्या आणि तो सहृदय माणूस मला घेऊन केसरी हॉस्पिटलकडे निघाला.

आम्ही हॉस्पिटलला पोहोचेपर्यंत मला काहीही दिसायचं जवळजवळ बंद झालं होतं. सगळं जग धूसर झाल्यासारखं दिसत होतं. प्रकाश पुसट दिसत होता. आकारही स्पष्ट दिसत नव्हते. गुलशन आमच्याआधी येऊन थांबली होती. मी तिच्या श्वासाच्या आवाजावरून तिला ओळखलं. मी त्या माणसाला इतकं घट्ट धरून बसले होते की त्याचा शर्टसुद्धा ॲसिडमुळे विरल्यासारखा झाला. त्याच्या पाठीला थोड्या जखमा झाल्या. त्यालाही दवाखान्यात यायला सांगितलं तर तो जखमा घरी जाऊन बघतो म्हणाला आणि मला काळजी घ्यायला सांगून निघूनसुद्धा गेला.

आत जाताच गुलशनचा नर्सबरोबर वाद चालू झाला. ''प्लीज, आमची मदत करा. माझ्या बहिणीवर ॲसिड टाकलं आहे.'' तिनं मला तिच्या खांद्यांनी आधार दिला होता. माझे स्वतःचेच हात मला माझ्या अंगापासून दूर ठेवावे लागत होते. ते आतून जळत होते आणि एखाद्या ओझरत्या स्पर्शानं सुद्धा हजार सुया टोचल्यासारख्या वेदना होत होत्या. शेजारून जाणाऱ्या माणसांमुळे किंचितशी हवा ढवळली

तरी त्या स्पर्शानंसुद्धा मला भयंकर वेदना होत होत्या.

"हे हॉस्पिटल आहे, इथे सगळ्यांनाच इमर्जन्सी असते. ही कोण मोठी लागून गेली?" नर्स आमच्याकडे लक्षसुद्धा न देता कॉफी प्यायला जमलेल्या तिच्या सहकाऱ्यांकडे जाता जाता म्हणाली. मला थांबायला सांगून गुलशन दुसऱ्या कोणालातरी शोधायला धावली. गुलशनसुद्धा मला सोडून निघून गेली की काय? क्षणभर या विचारानं माझं जळत असलेलं शरीरही थंड पडलं.

सुदैवानं दोनच मिनिटात ती डॉक्टरांना घेऊन आली. इतक्यात मला अम्मीचा आवाज आला. ती माझ्याकडे धावत येतेय हेही कळलं. "रेश्मा... रेश्मा..." हाका मारत ती बडबडत होती. "फिरदोस आणि अफरोज माझ्याकडे आल्या आणि हे असलं भयंकर सांगायला लागल्या. नाही... हे कसं शक्य आहे? असं कसं घडू शकतं." अम्मी रडत रडत माझा चेहरा तिच्या ओढणीनं पुसू लागली. पण तिच्या ओढणीचे धागे विरून तिच्या हातात आले. ती किंचाळून मागे सरकली.

"तसं अजिबात पुसू नका, ॲसिड अजून आत पसरेल," डॉक्टरांनी लगेच ताकीद केली.

जे झालं त्यामुळे अम्मीला धाप लागली. माझ्या कानात तिचे हुंदके पडत होते. पुढच्या क्षणी ती बेशुद्ध होऊन जमिनीवर कोसळली. डॉक्टर धावले. तिच्या चेहऱ्यावर पाणी मारून तिला शुद्धीवर आणलं. ती रडायला लागली. माफी मागायला लागली. "आपल्या मुलीकडे पहा. सध्या तिला तुमची गरज आहे. ही रडायची वेळ नाही. धीर धरा! आणि मला माफ करा, पेशंटला रजिस्टर केल्याशिवाय मी काहीच करू शकत नाही," डॉक्टर म्हणाले.

त्या क्षणी मला अम्मीची फिकीर नव्हती. माझ्या मते या क्षणी तिनं सावरणं गरजेचं होतं आणि डॉक्टरांच्या बोलण्यामुळे ती जरा सावरलीसुद्धा. तिनं खोल श्वास घेतला. तोंडातल्या तोंडात प्रार्थना म्हटली आणि पुन्हा ताकद गोळा करून रिशेप्सनिस्टकडे धावली. गुलशन आणि अम्मीनं मला इमर्जन्सी वॉर्डात दाखल करण्याचा किंवा निदान मलमपट्टी करवून देण्याचा खूप प्रयत्न केला; पण हॉस्पिटलनं कुठलाही उपचार करण्यास नकार दिला.

मी अजूनही पॅसेजमधेच उभी होते. मला कुणी बसायलासुद्धा

सांगितलं नव्हतं. अंगावर पडून खूप वेळ झाला असला तरीसुद्धा ॲसिड त्वचेच्या आत आपलं जाळण्याचं काम करतच असतं. अजून होणारं नुकसान टाळण्याचा एकमेव मार्ग म्हणजे जळलेला भाग तासतासभर पाण्यानं धुवून काढणे. त्यामुळे ॲसिडची तीव्रता कमी होते. एकाही डॉक्टरनं किंवा नर्सनं आम्हाला हा उपाय सुचवला नाही.

गुलशननं घाईघाईनं मुंबईला रियाज, अब्बा आणि एजाजला फोन करून कळवलं. नर्गिसचं वर्षभरापूर्वीच म्हणजे २०१३ मध्ये लग्न झालं होतं आणि ती आमच्या गावापासून तासाभरावर राहत होती. तीही इकडे यायला निघाली होती. खूप दिवसांनंतर मला कळलं की ही बातमी अब्बांना कळताच त्यांना प्रचंड धक्का बसला. एजाजने मात्र लगेच माझ्या चाचांना कळवून तत्काळ मधून रेल्वेची अलाहाबादसाठी तिकिटं काढण्याची व्यवस्था केली. खरं म्हणजे रेल्वेची कन्फर्म तिकिटं मिळायला बरेच दिवस लागतात; पण चाचूंनी मुंबईहून अलाहाबादला जाणाऱ्या पुढच्याच रेल्वेच्या चार तिकिटांची व्यवस्था केली. अब्बा, रियाज, एजाज आणि माझा चुलतभाऊ शकील ज्याला आम्ही प्रेमानं चिंटू म्हणायचो हे सगळे इकडे यायला निघाले.

इकडे माझी अम्मी किचकट सरकारी यंत्रणेशी झगडत होती. गुन्हेगारी म्हणजेच क्रिमिनल केस असल्यामुळे हॉस्पिटलमधले लोक पोलिसात तक्रार दिल्याशिवाय मला हात लावायला तयार नव्हते. त्यांना 'एफआयआर'ची कॉपी हवी होती. गुन्हा घडल्यावर करण्याची पहिली गोष्ट म्हणजे पोलिसांत जाऊन 'एफआयआर' नोंदवणं. काय घडलं, कुठे घडलं, कोणाच्या बाबतीत घडलं अशी सगळी माहिती पोलिसांना देणं. म्हणजे त्याच्या आधारे ते गुन्ह्याचा तपास सुरू करू शकतात. परंतु कायद्याप्रमाणे मात्र अपघात, ॲसिड हल्ला, बलात्कार या प्रकारांतून गंभीर इजा झालेल्या लोकांच्या उपचारासाठी हॉस्पिटलनं 'एफआयआर'ची वाट बघण्याची गरज नसते.

लहान गावांमध्ये मात्र हॉस्पिटलमधल्या लोकांना कायद्याचं पुरेसं ज्ञान नसतं आणि नंतर पोलिसांच्या कटकटींना घाबरून किंवा इतर काही गडबड झाली तर बदनामी होईल म्हणून ते 'एफआयआर'साठी अडून बसतात.

केसरी हॉस्पिटलनं जे केलं ते बेकायदेशीर होतं. आपल्या कायद्याप्रमाणे

पीडित व्यक्तीनं किंवा घटना प्रत्यक्ष पाहिलेल्या एखाद्या व्यक्तीनं 'एफआयआर' नोंदवणं आवश्यक असतं. आणि समजा काही कारणांमुळे जर उशीर झाला तर त्याचं कारण नमूद करावं लागतं. परंतु त्या वेळी आम्हालाच काय पण हॉस्पिटलमधल्या लोकांनासुद्धा या नियमांची माहिती नव्हती. त्यामुळे माझ्यावर उपचार सुरू होत नव्हते. शेवटी अम्मी आणि गुलशननं वाद घालायचा नाद सोडला आणि मला पोलीस स्टेशनला घेऊन गेल्या. सुदैवानं ते अगदी शेजारीच होतं. उन्हात पाऊल ठेवताक्षणी मला इतक्या अशक्य वेदना सुरू झाल्या की त्या सहन करण्यापेक्षा मेले तर बरं असं वाटायला लागलं.

आम्ही पोलीस स्टेशनमध्ये शिरलो. अम्मीनं मला खुर्चीवर बसवलं. पोलीस ऑफिसर आरामात आत आले. त्यातल्या एकाने टंगळमंगळ करत एक कागद काढला आणि आम्ही जे सांगू ते लिहून घ्यायला लागला. त्यानं विचारलं की जिच्यावर हल्ला झालाय ती का बोलत नाहीये? मी जर तोंड उघडलं असतं तर पुन्हा किंचाळायला लागले असते. कारण वेदनाच सहन होत नव्हत्या. माझ्या डोळ्याला आसवांच्या धारा लागल्या होत्या. जणू एखाद्या जिवंत प्रेताचे अश्रू! सुजल्यामुळे माझे डोळे बंद झाले होते. चेहऱ्यावर लाल लाल फोड आले होते. आणि हे दिसत असूनसुद्धा त्या पोलीस ऑफिसरला माझ्या न बोलण्याचं कारण हवं होतं.

त्याच वेळी अजून दोन पोलीस ऑफिसर आत आले आणि फक्त उत्सुकतेपोटी गुलशनला सगळं पहिल्यापासून सांगायला लावलं. त्यांना अगदी तपशीलवार माहिती हवी होती. त्यातल्या एकाने विचारलं की त्यांनी फक्त हिच्यावरच हल्ला का केला? दुसऱ्यालाही तोच प्रश्न पडला होता. जसं काही या सगळ्यात माझीच काही चूक होती.

"ती फक्त १७ वर्षांची आहे. तिची काय चूक असणार?" गुलशन म्हणाली. "म्हणून काय झालं? आजकाल १७ वर्षांच्या मुलीसुद्धा हुशार असतात. कशावरून हिनं काही केलं नसेल?" मग अजून एकजण आत आला आणि पुन्हा त्याच चौकश्या करू लागला. मला आता संताप यायला लागला होता. लोक गुन्हा दाखल करायला पोलिसांकडे का जात नसतील, त्याचा अंदाज येत होता. मी एका अमानुष गुन्ह्याची शिकार झाले होते आणि इथे हे सगळे मलाच

गुन्हेगारासारखं वागवत होते.

गुलशननं सगळी घटना पुन्हा सांगायला सुरुवात केली. वीस मिनिटं उलटून गेली होती. माझं अवसान सुटत चाललं होतं. शेवटी मी तोंड उघडलं, "पुरे करा हा तमाशा! बास आता! मी मरतेय इथे! मला काही दिसत नाहीये. माझे डोळे, माझे डोळे, माझे डोळे! मला मारून टाका. आताच्या आत्ता मारून टाका." मी वेड्यासारखी बरळत होते. मी अम्मीच्या हाताला इतकं घट्ट धरून ठेवलं होतं की माझी नखं तिच्या कातडीत घुसली होती. "मी आंधळी होईन!! मला दिसत नाहीये. मला मदत करा."

मला एकदम डचमळून आलं आणि मी भडाभडा ओकले. हे सगळं बघत आतापर्यंत शांत बसून राहिलेला एक पोलीस ताड्कन उठला. "पुरे झालं! त्या बिचाऱ्या पोरीकडे बघा! फक्त १७ वर्षांची आहे ती. आपण आत्ताच्या आत्ता तिला हॉस्पिटलमध्ये नेतो आहोत. तिचा जबाब आपण तिथेही नोंदवू शकतो. ती पूर्ण आंधळी झाली म्हणजे?" त्यानं ताबडतोब ॲम्ब्युलन्सला फोन केला. अम्मी आणि गुलशननं केसरी हॉस्पिटलच्या वाईट अनुभवामुळे तिकडे जायला नकार दिला. म्हणून मग जवळच्या दुसऱ्या हॉस्पिटलमध्ये न्यायचं ठरलं. आम्हाला लेखी तक्रारीची कॉपी देण्यात आली, कारण दुसऱ्या हॉस्पिटलनंसुद्धा त्याच्याशिवाय परवानगी नाकारण्याची शक्यता होती. त्या क्षणी, त्या कागदाची किंमत माझ्या आयुष्यापेक्षा जास्त होती. हॉस्पिटलमध्ये लोकांचा जीव वाचवण्यापेक्षा हे चिटोरे दाखवणं महत्त्वाचं होतं.

बिलाक हॉस्पिटलमधून ॲम्ब्युलन्स आली. आम्ही लगेच आत बसलो. पोलीस त्यांच्या गाडीनं आमच्या मागे आले. ॲम्ब्युलन्समध्ये मी उलट्यांवर उलट्या करत होते. इतक्या वेळ मी कशीबशी वेदना सहन करत होते; पण एका विशिष्ट क्षणानंतर मला त्या भयानक वेदनांमुळे गुदमरल्यासारखं व्हायला लागलं.

आम्ही दहा मिनिटात हॉस्पिटलला पोहोचलो. पोलीस बरोबर असल्यामुळे डॉक्टर आणि नर्स धावत आले. नर्स एकीकडे माझी उलटी पुसत होत्या आणि केस हिस्ट्री विचारत होत्या. माझ्या घरच्यांच्या, डॉक्टरांच्या आणि पोलिसांच्या तैनातीत मला थोड्या कमी गर्दीच्या,

शांत जागी नेण्यात आलं. अशक्यप्राय वेदनांमुळे माझी शुद्ध सारखी हरपत होती. मी एखाद्या दुःस्वप्नात जगत होते. मी माझ्यात नव्हतेच. मी जणू काही बाहेर पडून स्वतःचे हाल बघत होते. सततच्या उलट्या, आंधळेपणाची जाणीव आणि एक अनामिक भीती या सगळ्या गोष्टींची आठवण आजही ताजी आहे.

एका नर्सनं मला खुर्चीत बसवलं. मला खुर्चीवर बसवताच डॉक्टरांनी एक खोल श्वास घेतलेला माझ्या कानांवर पडला. समोरचा भयानक प्रकार बघून एक क्षण स्वतःला सावरण्याचा त्यांचा तो प्रयत्न असावा. "कधी झालं हे?" त्यांनी विचारलं. त्यांना जेव्हा कळलं की दोन तास उलटून गेलेत आणि अजून जखमा साध्या धुतल्याही गेल्या नाहीयेत तेव्हा त्यांनी ताबतोब आयसोटॉनिक वॉटर आणि भुलीचं इंजेक्शन मागवलं.

'कुणीही जखमांवर साधं पाणीसुद्धा टाकलं नाही?' असं विचारलं. त्यांनी समोरच्या सगळ्यांना ॲसिडनं जळलेल्या माणसावर कसा उपचार करायचा याची माहिती द्यायला सुरुवात केली. मला अजूनही त्यातल्या काही गोष्टी आठवत आहेत. जखमा ताबडतोब स्वच्छ आणि साध्या पाण्यानं पुसून घ्याव्यात. बर्फ किंवा थंड पाणी अजिबात वापरू नये, कारण त्यामुळं शरीराचं तापमान खूप कमी होतं आणि अजून जास्त नुकसान होतं.

माझे कपडे माझ्या खांद्याच्या मानेच्या, चेहऱ्याला कातडीत आत जाऊन चिकटले होते. पण ते काढले का जात नव्हते? डॉक्टर त्याबाबतच काही सूचना देत होते. त्यांचा आवाज कानावर पडत होता, 'गंजलेले दागिने किंवा कपडे वरच्यावर चिकटलेले असतील तर ते काढावेत. पण जे कपडे विरून त्वचेच्या आत घुसले असतील ते अजिबात काढू नयेत, कारण ते काढताना त्वचेचे आतले थर निघू शकतात. हे काम डॉक्टरांवर सोडून द्यावं.'

प्रत्येक जण मुकाट्यानं त्यांचं म्हणणं ऐकत होता. अजूनही गुलशनला माझ्यावर पाणी टाकायचा विचार तिला न सुचल्याचं आश्चर्य वाटतं. माझा चेहरा ओढणीनं पुसल्यामुळे ॲसिड पसरलं गेलं म्हणून आजही अम्मी स्वतःला दोष देते. मी मात्र आता या सगळ्याचा विचार करणं सोडून दिलं आहे. जे झालं ते झालं!

डॉक्टरांनी अर्धा तास आयसोटॉनिक वॉटर वापरून माझा चेहरा स्वच्छ केला. काही ठिकाणी थोडं जास्त सलाइन वॉटर लावत हळूहळू चेहऱ्याच्या त्वचेत घुसलेले कपड्याचे तुकडे कात्रीच्या मदतीने काढत होते. माझा नकाब पूर्ण जळाला होता; पण थोडासा कातडीला चिकटून राहिला होता. कुणीतरी माझा चेहरा गाठी घालून शिवतंय आणि मग खस्सकन कातडीसकट ओढून काढतंय असं वाटत होतं.

मला गुंतवून ठेवायला ते सतत काहीतरी माहीती देत होते. शुद्ध पाणी वापरायचं कारण घाण पाण्यामुळे इन्फेक्शन होऊ शकतं आणि मी ऐकलंय की भाजलेल्या पेशंट्सपैकी ९०टक्क्यांच्यावर पेशंट्स अशा इन्फेक्शनमुळेच दगावतात. आयसोटॉनिक सलाइनमध्ये बॅक्टेरिया नसतात, कारण त्यातील घटक आपल्या रक्त आणि अश्रूंसारखेच असतात.

डॉक्टर चेहरा पुसून ॲसिडची तीव्रता कमी करायचा प्रयत्न करत होते. 'काहीच फरक पडत नाहीये, हे दुखणं थांबवा.' मी रडत होते. पाण्याच्या वापराचं इतकं कौतुक ऐकल्यावर मला वाटलेलं की माझ्या वेदना जरा तरी कमी होतील, पण तसं झालं नाही. मध्येच केव्हातरी त्यांनी मला पेनकिलर इंजेक्शन दिलं, अशा छोट्या हॉस्पिटलमध्ये अद्ययावत सुविधा नसतात त्यामुळे त्या कामचलाऊ इंजेक्शनचा माझ्यावर फारसा परिणाम झाला नाही.

जवळजवळ अर्धा तास प्रथमोपचार केल्यावर डॉक्टर अम्मी आणि गुलशनकडे वळून म्हणाले, "तुम्हाला हिला मोठ्या हॉस्पिटलला न्यावं लागेल. आमच्या हॉस्पिटलमध्ये इतक्या गंभीर प्रकारच्या पेशंट्च्या उपचारासाठी सोयीसुविधा नाहीत.

मग बांधतातच कशाला इतकी हॉस्पिटल्स? मला प्रश्न पडला.

बीभत्स, किळसवाणी अवस्था

या पुढचं ठिकाणं होतं अलाहाबादचं स्वरूपराणी नेहरू हॉस्पिटल. ज्या वेळी आम्ही तिथं पोहोचलो त्या वेळी मला फक्त एका गोष्टीची गरज होती. ती म्हणजे झोप! एखाद्याच्या संपूर्ण आयुष्यात जे काही घडणार नाही ते मी सहा तासात अनुभवलं होतं.

अधूनमधून गुलशन आणि अम्मी आता कसं वाटतंय ते विचारायच्या. मी काहीही बोलायचे नाही. ठीक आहेस का, या प्रश्नावर साधी मान डोलवून हो-नाही हेसुद्धा सांगत नव्हते. मी बोलणं पूर्णपणे थांबवलं होतं. गुलशन आणि अम्मीची मध्येच कुजबुज, वादावादी, फोनाफोनी चालू होती. अब्बा दर दहा मिनिटांनी फोन करून चौकशी करत होते. एका क्षणी अम्मी वैतागली. तिनं त्यांना सारखा सारखा फोन करू नका असं सांगितलं, कारण बोलण्यात वेळ वाया जात होता. तिनं त्यांना फोनची बॅटरी वाचवायला आणि पैशाची जुळणी करायला सांगितलं, कारण तिच्याजवळ काहीच पैसे नव्हते.

हॉस्पिटलमध्ये शिरताच गुलशन रिसेप्शनिस्टकडे धावली. पुन्हा तासभर कागदपत्रं जमा करा, पेशंटची माहिती, ओळखपत्र, केस हिस्ट्री, 'एफआयआर' या सगळ्यावर वाया घालवल्यानंतर मला एका वॉर्डात नेऊन बेडवर बसवण्यात आलं.

मी थंड नजरेनं जमिनीकडे बघत बसले होते. मला काय काय करायला सांगत होते ते डोक्यात नोंदवून घेण्याचा प्रयत्न करत होते. मला एखादी निर्जीव बाहुली असल्यासारखं वाटत होतं. कुणाच्या मदतीशिवाय मला धड चालतासुद्धा येत नव्हतं. माझी समजण्या-उमजण्याची शक्ती संपली होती. अवतीभवतीचं काहीच दिसत नव्हतं.

पुन्हा मरणाची ओढ वाटायला लागली. जर आयुष्यात पुढं काहीतरी चांगलं घडण्यासारखं असेल तर माणूस उमेद गोळा करतो पण इथं मी आंधळी व्हायच्या वाटेवर असताना जगण्यात अर्थ तरी कुठे उरला होता? मला फक्त पुसट रंग आणि अस्पष्ट आकार दिसत होते.

मी हे कुणालाही सांगितलं नाही, कारण कुणी माझं काही ऐकण्याच्या मन:स्थितीतच नव्हतं. मी नाकासमोर चालणारी सतरा वर्षांची मुलगी होते; पण या सहा तासांनी माझा सगळ्यावरचा विश्वास उडाला होता. माझ्या घरचे, पोलीस, हॉस्पिटल सगळ्यांनी मला निराश केलं होतं.

गुलशन मला पाणी पाजायचा प्रयत्न करत होती. मला पाणी पिता यावं म्हणून माझं डोकं मागे टेकवलं होतं. माझे ओठ एकमेकांना चिकटल्यासारखे झाले होते त्यामुळे तोंड नीट उघडता येत नव्हतं. पाणी तोंडात न जाता गळयावरच सांडत होतं. मला एकदम ओघळणाऱ्या ॲसिडची आठवण झाली आणि मी पेला ढकलून दिला.

"रेश्मा!" अम्मीनं आवाज चढवला. मी आजपर्यंत कधीच कोणाबरोबर अशी वागले नव्हते. गुलशन तर मोठी बहीण होती. मला उलटून अम्मीवर ओरडावं, शिव्या द्याव्यात असं वाटायला लागलं. तिला दिसत नव्हतं? मी आता तिची आधीची मुलगी कुठे राहिले होते? आता मी खरं म्हणजे कुणीच नव्हते आणि काही करूही शकत नव्हते. मला आता जगाशी काही देणंघेणं नव्हतं. अम्मीला त्रास होईल असं वागून मी एक छोटासा सूड उगवल्याच्या आनंदात होते. इतकं सगळं घडून गेल्यानंतर यांना शिष्टाचारांची पडली होती?

माझा संताप होत होता. क्रूर जनावरांच्या यादीत माणसाचा नंबर सगळ्यात वरचा आहे आणि त्या क्षणी मी ते सिद्ध करत होते. चिडून मी मान वळवली. त्या क्षणी कातडीला पीळ पडून एक तीव्र कळ आली. माझी मान माझ्या हनुवटीला चिकटली होती.

पाच मिनिटांनी डॉक्टर आले. आता माझ्या उपचारांना सुरुवात होणार होती. आणि हीच माझ्या अनन्वित छळाचीसुद्धा सुरुवात होती, जी टाळता येणं शक्य नव्हतं. निदान जिवंत राहायची इच्छा असेल तर! मला आवाज, इच्छा, मत, भावना वगैरे नाहीतच हे गृहीत धरून त्यांनी सुरुवात केली.

मला एकही प्रश्न न विचारता त्यांनी नर्सकडे कात्री मागितली.

आधीच्या डॉक्टरांनी फक्त चेहऱ्याच्या त्वचेत अडकलेले कापडाचे कपटे काढले होते; पण माझ्या गळ्यात, छातीत, हातात, पाठीवर, पोटावर अजूनही बरेच कपटे घुसले होते. हळूहळू पाणी फवारून त्यांनी ते काढायला सुरुवात केली. माझ्या उरल्यासुरल्या आत्मसन्माच्या चिंधड्या होत होत्या. गळ्यापासून खाली, मी उघडी होते आणि नर्स मला पांढऱ्या चादरीनं झाकायचा प्रयत्न करत होती. आपल्या देशात मेलेल्या माणसाला पांढऱ्या कपड्यात गुंडाळतात. ही त्याचीच चाहूल तर नसेल? माझ्या मनात कसलेही विचार येत होते.

डॉक्टरांचं काम थांबताच मी सुटकेचा निःश्वास टाकला. ॲसिड पडताक्षणी असह्य वेदनांचा शूळ उठला होता, नंतर या वेदना सगळीकडे पसरल्या. पहिल्या तासाभरातला तीव्र ठणका मात्र आता थोडा कमी झाला होता. पण हलक्याशा स्पर्शानंसुद्धा पुन्हा वेदनांचा डोंब उसळायचा. पुन्हा एकदा ॲसिड ओतलंय की काय असं वाटायचं. स्वच्छ कपडे मागण्याइतपत सुद्धा माझ्यात त्राण नव्हतं. कसलीही पाचपोच न ठेवता माझे कपडे काढताना बघून गुलशन आणि अम्मीला धक्का बसला. आमच्या धार्मिक रीतिरिवाजानुसार आम्ही चेहेऱ्यावरसुद्धा नकाब वापरतो. पण इथे एका डॉक्टरसमोर माझे कपडे काढले जात होते. मला मात्र शरीरापेक्षा मनाचं नागडेपण जास्त टोचत होतं.

"डॉक्टर रेश्माला घालायला काही मिळेल का?" अम्मी म्हणाली. डॉक्टर म्हणाले की कपड्याच्या एखाद्या धाग्यानंसुद्धा धोकादायक इन्फेक्शन होऊ शकतं. त्यामुळे अजून त्रास वाढू शकतो आणि अशा गंभीर केसमध्ये मृत्यूची शक्यताही नाकारता येत नाही.

"आमच्याकडे कपडे नाहीत," नर्स म्हणाली. डॉक्टरही वैतागले. "हे फक्त हॉस्पिटल आहे," ते म्हणाले. अम्मी हे सगळं बघून हादरली होती. मला तर काहीच वाटत नव्हतं. मी अजून शॉकमध्येच होते. "निदान हॉस्पिटलचा गाउन तरी द्या," अम्मी म्हणाली.

आमच्याकडचे संपलेत. कोरडं उत्तर आलं.

आम्ही आमच्या बहिणीला असं उघडंनागडं नाही ठेवू शकतं. काय करता येईल? तिचे अब्बा, भाऊ कुठल्याही क्षणी येतील. त्यांनी तिला असं पाहिलं तर त्यांच्या जिवाचं पाणी पाणी होईल." गुलशन वैतागून म्हणाली.

"जवळच एक कपड्यांचं दुकान आहे. तिथून काहीतरी घेऊन या." मला तोंड उघडायला सांगत डॉक्टर म्हणाले. माझ्या तोंडात फोड झाले होते. आणि साधी लाळ गिळतानासुद्धा माझा घसा सोलवटून निघत होता.

जेव्हा त्या दोघांनी मला जमिनीवर पाडलं तेव्हा मी ओरडत होते, त्यामुळे माझ्या तोंडात ॲसिड गेलं होतं. डॉक्टरांनी माझ्या तोंडाच्या आत पाणी फवारलं आणि मोठा आ करायला सांगितला. पण माझा जबडा नीट उघडत नव्हता. नंतर मला कळलं की माझ्या ओठांच्या कडा वितळून एकमेकांना चिकटल्या होत्या. एकीकडे हे सगळं चालू असताना गुलशन कपड्यांची व्यवस्था करायला बाहेर पडली.

गुलशन आणि अम्मीकडे जेमतेम शंभर रुपये होते. बरेचसे पैसे आधीच औषधं आणि ॲम्ब्युलन्समध्ये खर्च झाले होते. अब्बा पैसे आणणार होते. तोपर्यंत आहेत तेच पुरवायचे होते. गुलशनच्या डोळ्यात पाणी आलं होतं. तिनं स्वस्तातले कपडे मागितले. पण स्वस्तातल्या ड्रेसचं कापड खरखरीत होतं. अशा कपड्यांनी अजून फोड येऊ शकतात असं डॉक्टर म्हणाले होते.

दुकानाच्या म्हाताऱ्या मालकानं गुलशनचा चेहरा पाहून काय झालंय ते विचारलं. सगळी हकिकत ऐकून त्या प्रेमळ माणसानं दुकानातला सगळ्यात मऊ, मलमलच्या कापडाचा ड्रेस काढून दिला. त्यानं पैसेसुद्धा घेतले नाहीत. 'तुझी बहीण बरी झाली की आरामात पैसे आणून दे,' म्हणाला. गुलशन तो मोठ्या गळ्याचा, मऊ ड्रेस घेऊन परतली. त्या दिवशी तिला दुसऱ्यांदा माणुसकीचं दर्शन झालं होतं.

परत आल्यावर हॉस्पिटलमध्ये गुलशन आणि अम्मी अर्धा तास माणसाच्या बदलणाऱ्या स्वभावाबद्दल चर्चा करत होत्या. त्या दिवशीची प्रत्येक घटना, माणसाची वृत्ती यावर त्या बोलत होत्या. "आपला देश कधीच सुधारणार नाही," गुलशन म्हणाली.

'पोलिसांनासुद्धा काहीच पर्वा नाही,' अम्मीचं म्हणणं होतं. गुलशन म्हणाली की, या लोकांनी जरी आपल्याला निराश केलं असलं तरी, सामान्य माणसाच्या मनात अजूनही दया आणि प्रेम आहे. कपड्यांच्या दुकानातला अनुभव ऐकून अम्मीला जरा बरं वाटलं. लोक जर इतके प्रेमळ, दयाळू वगैरे असतात तर मला रस्त्यावर तडफडत पाहून

मदतीला का धावले नाहीत? माझ्या मनात अजूनही संताप खदखदत होता. देश, संस्कृती वगैरेंचा काही संबंध नसतो. स्वत:वर वेळ आल्याशिवाय माणसाला दुसऱ्या माणसाची पर्वा नसते. मला अचानक जाणवलं की पोलीस स्टेशनला केलेल्या रडारडीनंतर मी काहीही बोलले नव्हते. मग मी ठरवलं की बघू असं किती वेळ न बोलता बसता येतं!

गुलशन आणि अम्मी पुढे काय कसं करायचं याच्या चर्चेत गुंतल्या. ती चर्चा माझ्यासाठी फारशी सुखावह नव्हती. मला त्यांच्या गप्पा ऐकण्यात काडीचा रस नव्हता. मी अधूनमधून पेंगायला लागले. कधीतरी येऊन नर्सनं हातात आयव्हीची ड्रीप लावली. 'जळल्यामुळे शरीरातलं पाणी कमी होतं' म्हणाली. मी पुन्हा डोळे बंद करून पडून राहिले. सुई टोचताच थोडं दुखलं पण काही मिनिटांतच माझा डोळा लागला.

बरं वाटत होतं म्हणून झोप लागली नव्हती. तर होणाऱ्या त्रासामुळे ग्लानी येत होती. परिस्थितीपासून सुटका म्हणून माझ्याकडे 'झोप' हा एकमेव पर्याय होता. पुढचं एक वर्ष मी जास्तीत जास्त वेळ झोपूनच काढलं. पुढच्या सगळ्या दिव्यातून बाहेर पडायला मला तिचीच मदत झाली. मी जेवढा वेळ झोपलेली असायचे तेवढाच वेळ माझं डोकं शांत असायचं.

असेच काही तास गेले आणि कोणाच्या तरी ओरडण्यानं मला जाग आली. नको त्या चौकश्यांना टाळण्यासाठी मी डोळे न उघडता तशीच पडून राहिले. माझ्या शेजारच्या बेडवर कुणीतरी बाई ॲडमिट झाली होती. तिनं स्वतःला जाळून घ्यायचा प्रयत्न केला होता. आपल्या देशात नेहमीच घडणारी घटना! पण प्रत्यक्षात मात्र बऱ्याचदा बाई स्वत: जाळून घेत नसते तर सासू- सासरे, संशयी नवरा नाहीतर घराण्याची अब्रू वगैरे वाचवायला आई-वडीलच बायकापोरींच्या जिवावर उठतात.

इतक्यात मला जाणवलं की कुणीतरी माझ्या हातावर हात ठेऊन मुसमुसत होतं, "बेटा, हे काय केलं त्यांनी? तुझ्याबरोबरच का घडलं हे?" अब्बा स्वतःशीच पुटपुटत होते. कदाचित सगळ्या जुन्या चुका त्यांच्या डोळ्यांसमोर तरळल्या असतील. नेमक्या त्यातल्या कोणत्या चुकीची शिक्षा आपल्या मुलीला भोगावी लागतेय याचा ते विचार

करत होते. "अब्बा असं नका बोलू. निदान रेश्मासमोर तरी नको." एजाज हा आमच्या सगळ्यांपेक्षा जास्त समंजस होता. त्याचा हा समजूतदारपणाच त्याचा घात करेल असं आम्ही नेहमी म्हणायचो, "निदान तिच्या चेहऱ्याचं खूप नुकसान झालं नाहीये आणि कदाचित डोळेसुद्धा वाचतील."

अम्मी म्हणाली, "निदान तिच्या चेहऱ्याचं... वाचतील" मी डोळे अजूनही उघडले नव्हते. अच्छा म्हणजे चेहरा वाचला आहे तर... चला चांगली गोष्ट आहे. मी मनात म्हणाले.

ॲसिडच्या जखमा या बेभरवशी मित्रासारख्या असतात. कधीकधी इतक्या त्रास देतात जगण्याची इच्छा संपून जाईल. नाहीतर अजिबात दुखणार नाहीत. एखादं बिघडलेलं नातं निभावताना माणूस जसा आनंदी असल्याचा देखावा करतो. तसचं आम्हीसुद्धा इतक्या भयानक घटनेनंतरही फारसं काही झालं नसल्यासारखं दाखवत होतो. मला होणाऱ्या वेदना, अधू झालेली दृष्टी आणि अंगभर झालेले फोड या सगळ्यात एक दिलासा होतां की माझा चेहरा ओळखण्यापलीकडे खराब झाला नव्हता. निदान काही इतर ॲसिड हल्ला झेललेल्या मुलींइतकी वाईट परिस्थिती नव्हती. कदाचित त्यांनी वापरलेलं ॲसिड थोडं सौम्य असेल. याहून भयानक काही घडू शकलं असतं. माझ्या घरच्यांना असं वाटत होतं की मी लवकरच बरी होईन. आमच्या खोट्या आशा उगीचच पल्लवित होत होत्या.

निदान आठवडाभर तरी माझ्या चेहऱ्यात खरंच फार बदल झाले नव्हते. आठवडाभरात अनेकदा माझा चेहरा आयसोटोनिक सलाइननं धुण्यात आला. असंख्य वेळा इंजेक्शनच्या सुया टोचून माझे दंड काळेनिळे पडले होते. माझ्या नसा जाड नसल्यामुळे आयव्हीच्या सुया बरोबर जागी घुसवताना दोन वेळा प्रयत्न करावे लागत. कधीकधी माझं रक्त उलटच त्या नळीत जायचं. मी आठवडाभर स्वरूप रानी नेहरू हॉस्पिटलमध्ये होते; पण मी एकदाही आरशात पाहिलं नाही. बाथरूमला जाताना दोन नर्स मला आधार देऊन घेऊन जायच्या. तिथेही आरसा नव्हता. अंगावर पाणी पडलं तर कुणीतरी तीक्ष्ण दात कातडीत घुसवल्यासारखं वाटायचं त्यामुळे अंघोळ बंद होती. नर्स मला हलक्या हातानं पुसून काढत; पण तेही मला सहन व्हायचं नाही.

माझ्या अंगाला ॲसिडचा उग्र वास यायचा. केस जळून गेले होते. पण त्याचा वास माझ्या नाकात बसला होता. जळक्या केसांचा दर्प टाळूला कितीतरी दिवस चिकटून राहतो. अनेक वेळा अंग पुसून काढलं तरी संपूर्ण वॉर्डमध्ये मरून कुजत पडलेला एखादा उंदीर असल्यासारखा वास पसरला होता. भेटायला येणारे नाकाला रुमाल लावूनच आत शिरायचे; पण मी स्वतःपासून कुठे पळू शकत होते? आजसुद्धा तसा एखादा वास आला तर मला मळमळल्यासारखं होतं. एकेकाळी माझी काय अवस्था झाली होती ते सगळं आठवतं. बेडवरून उठायचा प्रयत्न केला तरी मला गरगरल्या सारखं व्हायचं. तोंडात फोड असल्यामुळं काहीही खातापिता येत नव्हतं. माझ्या नाकात ट्यूब घालून त्यावाटे चुरलेली औषधं दूध किंवा ज्युसबरोबर दिली जात होती. माझं पोट सतत फुगल्यासारखं असायचं आणि मला अस्वस्थ वाटत राहायचं.

हॉस्पिटलमधला पहिला आठवडा म्हणजे आमच्या नव्या बदललेल्या आयुष्याची सुरुवात होती. माझ्या घरचे नर्सला सतत डॉक्टरांना भेटण्याबद्दल विचारत. पण एकही डॉक्टर इकडे फिरकत नव्हता. नर्सेस यायच्या, माझं ड्रेसिंग बदलायच्या, औषधं देऊन निघून जायच्या. ऑपरेशन करावं लागेल का? माझी त्वचा लाल झाली होती पण फार खराब वाटत नव्हती, बरोबर ना? फार काही गंभीर नसणार, म्हणूनच डॉक्टर घाईनं भेटायला येत नसावेत. माझ्या घरचे असे तर्कवितर्क करत बसत. आठवड्याच्या शेवटी शेवटी, डावा डोळा आकसायला लागला. पण पूर्ण बंद नव्हता झाला. वरच्या आणि खालच्या पापणीत अंतर पडून मला पापणी फडफडवता येईनाशी झाली. त्या डोळ्यानं दिसायचं बंद झालं होतं; पण उजेड पाझरायचा त्यामुळे झोपताना त्रास व्हायचा. शेवटी एकदाचे डॉक्टर आले. त्यांनी टॉर्चच्या उजेडात माझा चेहरा, डोळे तपासले आणि चेहरा पाडून म्हणाले, "आम्ही आता फारसं काही करू शकत नाही. हिला दुसरीकडे कुठेतरी घेऊन जा. तिच्या डोळ्यांना बरीच इजा झाली आहे," असं म्हणून चालते झाले. माझ्या घरच्यांच्या प्रश्नांना उत्तर द्यायलासुद्धा थांबले नाहीत. सुदैवानं ते सरकारी हॉस्पिटल होतं, त्यामुळे आम्हाला फक्त सवलतीतल्या औषधांचा खर्च भरावा लागला.

धोका अजून टळलेला नाही

त्या आठवड्यात मला तिसऱ्या हॉस्पिटलमध्ये ॲडमिट केलं, ते म्हणजे नियाजुद्दीन हॉस्पिटल! मला जनरल वॉर्डात एक बेड दिला गेला. तिथल्या चादरींना कुबट वास येत होता. अम्मीनं जास्तीच्या चादरी मागितल्या तर 'नाहीयेत' असं उद्धट उत्तर आलं. माझ्या बेडवरच्या चादरीवर रक्ताचे डाग होते म्हणून अम्मीनं नर्सशी वाद घालायला सुरुवात केली; पण एजाजनं तिला बाजूला घेत नर्सचीच माफी मागितली.

"अम्मी, तू सध्या वाद वगैरे घालू नकोस. मोठ्या मुश्किलीनं तिला इथं ॲडमिट केलंय. त्यांनी हाकलून लावलं तर कुठं जाणार आहोत आपण? तू फार लक्ष देऊ नकोस," एजाज म्हणाला. त्यानंतर अनेक वेळा मनात असूनही अम्मीनं तोंड उघडायचं टाळलं. दमड्या मोजूनसुद्धा आम्ही अपुऱ्या आणि साधारण दर्जाच्या वैद्यकीय यंत्रणेपुढे हतबल होतो. इथली परिस्थितीच अशी दयनीय आहे. या देशातला गरीब माणूससुद्धा स्वतःला मध्यमवर्गीय समजतो, अगदी कुठलाही टॅक्स भरण्याची क्षमता नसली तरी!

सरकारी हॉस्पिटलमध्ये अपुऱ्या निधींमुळे सोयीसुविधा इतक्या तुटपुंज्या असतात की साधी वेदनाशामक गोळी मिळणंसुद्धा एखाद्यासाठी चैन असू शकते. उदाहरणच द्यायचं झालं तर 'रूट कॅनल'सारखे उपचार करताना त्या भागाला भूल वगैरे दिली जात नाही कारण ते खूप महाग पडतं. इतकं काही दुखत नाही असं पेशंटला सांगण्यात येतं. बाळंतपणाच्या वेळी एखादी बाई वेदनेनं जास्तच ओरडू लागली तर तिला एक थोबाडीत ठेवून देतात. ती बिचारी रक्त येईस्तोवर

दाताखाली जीभ दाबून त्या थंड लोखंडी बेडवर पडून राहते.

या उलट, खासगी हॉस्पिटलमध्ये नियम आणि अटींचा इतका अतिरेक असतो की तिथले कर्मचारी आपली कामंसुद्धा घाबरत, दडपणाखाली करतात. उदाहरणार्थ, कितीतरी खासगी हॉस्पिटलममध्ये सरकारी कोट्यानुसार मोफत उपचारांसाठी पात्र असणाऱ्या पेशंट्सना उपचार नाकारले जातात. सरकारकडून नगण्य किमतीत मिळालेली जमीन आणि भरपूर आर्थिक सवलती मिळूनसुद्धा त्यांना वाटत असतं की प्रत्येक गरीब माणसाला जर आपण अशी मदत करू लागलो तर आपलं दिवाळं निघेल. अनेक ठिकाणी कायदाच माहीत नसल्याचा दिखावा केला जातो. आणि जिथे माहीत असतो तिथे आजार गंभीर नसल्याचं किंवा काही आजारच नसल्याचं सांगून उपचार टाळले जातात.

वेदनाशामक गोळ्या मिळणं दुरापास्त असलेल्या या देशात बाळंतपण होताना ओरडणाऱ्या बायकांना थोबाडीत देऊन गप्प केलं जातं. बेड रिकामं नाही म्हणून पेशंटला परत पाठवलं जातं आणि ॲडमिट करण्यापूर्वीच मरण पावलेल्या पेशंटच्या उपचाराचंसुद्धा भरमसाट बिल लावलं जातं.

आधीच्या डॉक्टरांनी माझ्या उपचारांबद्दल, बरं होण्याबद्दल माझ्या घरच्यांना किंवा मला काही माहिती दिली नव्हती. काही दिवस आम्हाला मी लवकर बरी होईन अशी आशा वाटत होती; पण नियाजुद्दीन हॉस्पिटलमध्ये काढलेल्या एका महिन्यात आम्हाला कळून चुकलं की परिस्थिती आमच्या कल्पनेपेक्षा फार भयंकर आहे. हे समजताच पुढच्या उपचारांच्या खर्चाची तजवीज करण्यासाठी धावपळ सुरू झाली. मी झोपले आहे असं समजून अब्बा त्यांच्या भावांशी कुठली जमीन विकायची किंवा अम्मीच्या दागिन्यांचं काय करायचं यावर चर्चा करत होते. एजाज नातेवाइकांकडून कर्ज मिळवायची खटपट करत होता. नर्गिसनं तिच्या नवऱ्याकडे शब्द टाकायचा ठरवलं. वर्षानुवर्षे खस्ता खाऊन आम्ही आमचं एक छोटसं आनंदी विश्व निर्माण केलं होतं. उपचारांच्या खर्चापायी त्याचा पाया खचत चालला होता.

माझ्यावर हल्ला होईपर्यंत ॲसिड हल्ला वगैरे प्रकार असतो याचासुद्धा आम्हाला पत्ता नव्हता. माझ्या चेहऱ्यावर आलेले लाल फोड हे बरं

होण्याचं लक्षण आहे असा आमचा समज झाला होता. माझे डोळे बरं होणं ही प्राथमिकता होती. चेहरा हळूहळू बरा होईल असं आम्हाला वाटत होतं.

रोज सकाळी नर्सेस येऊन ॲन्टीबायोटिक्स आयव्हीमधून नीट जातंय की नाही ते बघायच्या. आदल्या दिवशीचं बॅन्डेज काढायच्या. आता मोठेमोठे फोड फुटायला लागून पाणी बाहेर यायला लागलं होतं. प्रत्येक वेळी सलाइन वॉटर लावून बॅन्डेज काढताना मी वेदना सहन न होऊन किंचाळायचे. बॅन्डेजला चिकटलेला फोड, बॅन्डेज काढताना फुटायचे, त्यातून रक्त यायचं. हे झाल्यानंतर नर्सेस जुन्या जखमांच्या खपल्या काढायच्या. तो प्रकार आठवला की अजूनही माझ्या डोळ्यात पाणी येतं. जखमेवर आलेली जळक्या त्वचेची खपली फार धोकादायक असते. तिच्यामुळे जखम बरी व्हायला वेळ लागतो. कधीकधी जिवावर बेतणारा संसर्ग होऊ शकतो.

त्या रोज माझ्या जखमा तपासायच्या आणि खराब त्वचा किती खोलपर्यंत आहे ते बघायला त्यांची धारदार साधनं त्वचेत खुपसायच्या. त्वचा अजून खराब होऊ नये म्हणून चिमट्यांनी वगैरे वाळलेली त्वचा खरवडून काढायच्या. नंतर औषधं आणि ड्रेसिंग लावून ठेवलं जायचं. त्यामुळे दुसऱ्या दिवशी अजून सुकलेली त्वचा निघायला मदत व्हायची. हे काम वेळखाऊ तर होतंच आणि दुखायचंसुद्धा खूप! कधीकधी चिमट्याच्या ओढीमुळे त्वचा ताणली जाऊन डोक्यापर्यंत वेदनेचा शूळ उठायचा आणि मी दातओठ खाऊन 'थांबा, थांबा' म्हणून ओरडायचे पण त्या त्यांचं काम चालू ठेवायच्या. 'ओरडू नकोस, झालंच आहे,' त्या म्हणायच्या. पण मला माहीत असायचं की हे फक्त माझ्या समाधानासाठी आहे. मग त्या माझ्या डोळ्याची जुनी पट्टी काढून नवीन पट्टी बांधायच्या. माझा डावा डोळा नीट बंद होत नसल्यामुळे इन्फेक्शन होऊ नये म्हणून आणि उजेडाचा त्रास नको म्हणून बांधून ठेवावा लागे. तो बंद नसेल तर झोप येणं अशक्य होतं.

रोज सकाळी डोळ्याचं ड्रेसिंग काढल्यावर माझे डोळे स्वच्छ कापसानं पुसून काढायच्या. माझ्या कपाळातून येणारं रक्त आणि घाण सतत त्या ड्रेसिंगवर पडल्यामुळे माझे डोळे ओलसर असायचे. ते स्वच्छ ठेवण्यासाठी न चुकता दर तासाला नर्स डोळ्यांत ड्रॉप्स टाकायच्या

किंवा डोळे पुसून द्यायच्या. रोज संध्याकाळी माझे अब्बा-अम्मी आतुरतेने डॉक्टरांची वाट बघायचे. ते येऊन ड्रेसिंग बघायचे आणि इन्फेक्शन वगैरे नाहीये ना हे बघायला ठरावीक प्रश्न विचारायचे.

"ताप आहे का? पट्टी बदलताना जखमेतून पू किंवा घाण वास येतो का?" "तसं काही नाही डॉक्टर," अम्मी सांगायची. मी तर बोलतच नसे. मग ती संभाषणाची सूत्रे आपल्याकडे घेई. "ती पुन्हा पहिल्यासारखं पाहू शकेल का?" "वाट पाहू, कळेलच." डॉक्टरांच्या उत्तरानं तिचं समाधान होत नसे. "मी खरंच आता काही सांगू शकत नाही," ते पुन्हा तेच उत्तर देत. रोज सकाळी ते निर्जंतुक इअरबडनं माझे डोळे उघडून टॉर्चच्या उजेडात तपासत. उजव्या डोळ्याची दृष्टी ठीक वाटत होती; पण डाव्या डोळ्यानं काहीच दिसत नव्हतं. एक दिवस डॉक्टरांनी समजावलं की कपाळातून सतत पडणाऱ्या रक्तामुळे डाव्या डोळ्याला इन्फेक्शन झालं आहे. तो डोळा पूर्णपणे अधू झाला आहे. आता काहीही करणं शक्य नाही. ते रोज उजवा डोळा तपासायचे आणि डोळ्यात औषध घालायला सांगत. हळूहळू सूज कमी होऊन मला उजव्या डोळ्यानं नीट दिसेल असं सांगण्यात आलं.

आठवड्याच्या शेवटी नर्सनं कपाळावरचं बॅन्डेज काढलं आणि तिला धक्काच बसला. अम्मी ताबडतोब माझ्या जवळ येऊन बसली आणि तिनं प्रश्नांची सरबत्ती सुरू केली.

"हे काय झालंय? असं का होतंय?

मी थकलेले आणि मला फक्त झोपावसं वाटत होतं. पण तरी नक्की काय गोंधळ झालाय ते मी ऐकत होते. माझ्या कपाळावरची सगळी त्वचा, मांस निघून आतला रक्ताळलेला भाग, हाडं दिसायला लागली होती. नर्स डॉक्टरांना बोलवायला धावली. ते लगेच मला बघायला आले.

"तिला मुंबईला घेऊन जावं लागणार तुम्हाला," ते अब्बांना म्हणाले. भेदरलेले अब्बा आणि एजाज मला तिथेच राहू देण्याबद्दल विनवू लागले.

डॉक्टरांनी अब्बांना माझ्या बेडच्या कोपऱ्यात बसवलं आणि प्रेमानं म्हणाले, "ही चांगली गोष्ट आहे. त्याचा अर्थ ती त्वचारोपणासाठी तयार आहे. मी ते इथे करू शकतो, पण तिच्या डोळ्याच्या परिस्थितीवर

देखरेख करण्यासाठी लागणाऱ्या सोयीसुविधा इथे हव्या तशा उपलब्ध नाहीत. ती दोन्ही डोळ्यांनी आंधळी होऊ शकते. काहीतरी सुधारणा होईल अशी अशा होती; पण तसं काही चिन्ह नाहीये. तिला इथेच ठेवलं तर उजव्या डोळ्याची दृष्टीसुद्धा जायची शक्यता आहे. तिच्या डोळ्यात जाणारं रक्त थांबवण्यासाठी तिच्या कपाळावर त्वचारोपण करणं खूप गरजेचं आहे. सध्याच्या घडीला मुंबईला जाणं हाच तिच्यासाठी सगळ्यात योग्य निर्णय आहे.''

''पण तिच्या कपाळातली हाडं दिसायला लागलीत बिचारीला किती दुखत असेल,'' अम्मी हुंदका आवरत म्हणाली. गुलशननं तिला थोडं पाणी पाजलं. मला प्रचंड दुखत होतं, राग येत होता. ते हे सगळं माझ्यासमोर का बोलत होते? मी कदाचित आंधळी झाले असेन; पण बहिरी नव्हते झाले. मला खरंच मरावसं वाटत होतं. त्या क्षणी वाटत होतं की कुणीही जवळ असू नये. मी सध्या कशी दिसते हेसुद्धा मला माहीत नव्हतं.

''तिच्या चेहऱ्यावर ॲसिड टाकलं होतं. तिचा चेहरा पुन्हा पूर्वीसारखा होणं आता शक्य नाही. पण तिच्या डोळ्यांना वाचवण्यासाठी धडपड करणं गरजेचं आहे. दृष्टी वाचवण्याला सध्या सगळ्यात जास्त महत्त्व आहे,'' डॉक्टर पुन्हा समजावत होते.

डॉक्टर गेल्यानंतर अब्बांनी नर्सला त्वचारोपण म्हणजे काय ते विचारलं. आमच्यापैकी कुणीही त्याबद्दल ऐकलं नव्हतं. दुसऱ्या दिवशी एजाजनं आमच्या सगळ्यांची मुंबईची रेल्वेची तिकिटं काढली. प्रवास लांबचा होता आणि डॉक्टरांना माझ्या वेदनांची काळजी होती. त्यांनी विमानाने जाण्याबद्दल सुचवलं पण ते आम्हाला परवडलं नसतं. त्यामुळे मला गुंगीच्या इंजेक्शनचा जास्त डोस दिला गेला आणि अम्मीकडे अर्धा डझन गोळ्या देण्यात आल्या. दर चार तासांनी एक वेदनाशामक गोळी आणि दर सहा तासांनी एक झोपेची गोळी द्यायला सांगितली. ''तिला संपूर्ण प्रवासात झोपू देत. बिचारी कशी काय हा प्रवास सहन करेल काय माहीत? विमानानंच जाणं योग्य आहे या परिस्थितीत.'' डॉक्टर म्हणाले. विमानाचं तिकीट घेणं आम्हाला खरंच अशक्य होतं. अम्मीनं ओशाळून मान खाली घातली.

मला अजूनही नीट खाता येतं नव्हतं. माझ्या नाकात त्यासाठी

ट्यूब घातलेली होती. नर्सनं अम्मीला दुधातून औषधं कशी द्यायची ते शिकवलं होतं. रेल्वे स्टेशनपर्यंत सोडायला टॅक्सी बोलावली होती. आम्हाला आमच्या प्लॅटफॉर्मवर जाण्यासाठी पूल ओलांडावा लागणार होता. स्टेशनवर हजारो माणसं ढकलाढकली करत गर्दीतून वाट काढत होती. माझ्या घरच्यांनी माझ्याभोवती कडं केलं होतं आणि हात धरून मला पुढे नेत होते. कुणाचाही धक्का लागून जास्तच दुखापत होऊ शकली असती. आम्हाला खिडकीजवळ जागा मिळाली. मी थकले होते, रडत होते. मला धाप लागली होती. हल्ल्यानंतर मी इतकं कधी चाललेच नव्हते. मला वाटलं होतं की मी बेशुद्धच पडेन.

अम्मीनं सगळी औषधं वगैरे देऊन खालच्या सीटवर माझी झोपायची तयारी केली. त्या सीटवर तिघं बसू शकत होते. पण मला नीट झोपता यावं म्हणून अम्मी आणि अब्बा समोरच्या सीटवर माझ्या भावंडांबरोबर बसले. ते एक क्षणसुद्धा झोपले नाहीत. हॉस्पिटलमधून एक फोन आला. त्यानंतर तर त्यांना झोप येणं शक्यच नव्हतं. मी त्या हॉस्पिटलमध्ये असताना तिथल्या काही नर्सेसची चांगली ओळख झाली होती. अनेक जणींना माझ्याबद्दल सहानुभूती होती. माझी काहीही चूक नसताना इतक्या कोवळ्या वयात माझ्यावर ओढवलेल्या प्रसंगामुळे त्यांना वाईट वाटायचं. चहापाण्याच्या वेळी बसून त्या इतर पेशंटच्या नातेवाइकांच्या कटकटी वगैरे सांगत बसायच्या.

त्यापैकी सोनी नावाच्या एका नर्सनं अम्मीला फोन करून आमच्या कुटुंबाला धोका आहे असं सांगितलं. अंगभर काळा बुरखा घातलेल्या दोन बायका वॉर्डात आणि आय.सी.यू.मध्ये रेश्मा कुरेशीची चौकशी करत होत्या. नर्सेसना शंका आली, कारण मी आधीच माझ्या घरच्यांबरोबर मुंबईकडे रवाना झाले होते आणि ओळखीच्या, जवळच्या सर्व लोकांना याची कल्पना होती. या दोघींना आमच्याबद्दल बरीच माहिती होती. त्या आरडाओरडा करत होत्या. एका नर्सनं सुरक्षारक्षकांना बोलावण्याचा प्रयत्न केला. दुसरी नर्स त्यांच्या प्रश्नांना घाबरून उलट्या दिशेनं पळत सुटली. त्या बायका तिच्या मागे धावल्या आणि तिचा रस्ता अडवू लागल्या. त्यांनी तिला धरून थप्पड मारली. या गोंधळात त्या दोघीतली एक बाई स्वतःच्याच बुरख्यात पाय अडकून पडली आणि नर्सनं संधी साधून तिच्या चेहऱ्यावरचा नकाब ओढला. नकाबाच्या

आड पुरुषाचा चेहरा होता. तोपर्यंत गार्ड आले आणि दुसऱ्या व्यक्तीलासुद्धा चेहरा दाखवायला भाग पाडलं. दोघंही बायकांच्या वेष करून घुसलेले पुरुष होते. लगेच त्यांनी आम्ही पेपरमधली बातमी वाचून काळजीपोटी तिला भेटायला आलो होतो असा बनाव करायला सुरुवात केली. पुरुषांपेक्षा बाई बनून गेलं तर लगेच भेटायला मिळेल असं त्यांना वाटलं म्हणे. त्यांना ताबडतोब हाकलून काढण्यात आलं. त्या नर्सनं अम्मीला फोन केला, कारण त्यातल्या एका माणसाचा चेहरा जमालुद्दीनच्या पुतण्यासारखा दिसत होता. आम्ही हॉस्पिटलमध्ये असताना तिनं आमच्याकडचे त्याचे फोटो पाहिले होते. मी आता त्या हॉस्पिटलची पेशंट नसल्यामुळे त्यांना पकडून ठेवण्यासाठी दबाव टाकता आला नाही. हॉस्पिटलला सुद्धा कायद्याच्या, पोलिसांच्या भानगडीत पडायचं नव्हतं. ते दोघं अर्थातच मला मारायला आले असणार; कारण आम्ही त्यांच्याविरुद्ध 'एफआयआर' नोंदवला होता. हे सगळं ऐकून एजाजनं सूत्र हलवायला सुरुवात केली. त्यानं त्याच्या जवळच्या मित्रांना फोन लावले. माझे उपचार जितके महत्त्वाचे होते तितकंच कायदेशीर कारवाईकडे लक्ष देणंसुद्धा गरजेचं होतं. हे लोक असेच मोकाट हिंडत राहिले तर आम्हा सगळ्यांच्या जिवाला धोका असणार होता. पोलिसांना लवकर हालचाल करायला भाग पाडण्यासाठी एकच मार्ग होता तो म्हणजे माझ्यावर झालेल्या अन्यायाची प्रसिद्धी! एजाज आणि त्याचा मित्रांनी सगळ्या मोठ्या वर्तमानपत्रांना बातमी तयार करून पाठवली. पुढचे काही दिवस सगळीकडे बातमी पसरवून त्याची चर्चा झाली, तर पोलिसांवर दबाव येईल आणि त्यांना ठोस कारवाई करावी लागेल अशी आम्हाला आशा होती.

द बर्न्स वॉर्ड

अलाहाबाद ते मुंबई या चोवीस तासांच्या प्रवासात मी पूर्ण वेळ झोपून होते. अधूनमधून अम्मी किंवा गुलशन मला उठवायच्या. माझं डोकं आपल्या मांडीवर ठेवून हळूहळू फळांचा रस किंवा दूध नळीतून पाजायच्या. माझी औषधं बारीक कुटून काळजीपूर्वक त्यात मिसळलेली असायची.

जिथं आम्हाला उतरायचं होतं त्या स्टेशनच्या आदल्या स्टेशनला अम्मीनं मला उठवलं. मला इतकी गुंगीची औषधं दिली होती की मला शुद्धीत आणायला थोडातरी वेळ लागणारच होता. रेल्वेचा प्रवास म्हणजे गर्दी असणारच! आमचं स्टेशन यायच्या पंधरा मिनिटं आधीपासून बाकीचे सगळे सामानसुमान घेऊन दाराशी जाऊन थांबले होते. मला अशा परिस्थितीत उतरणाऱ्यांच्या गर्दीतून वाट काढत नेणं शक्य नव्हतं. उतरायच्या पाच मिनिटं आधी अब्बा आणि एजाज मला न्यायला परत आत आले. 'सरका, थोडा रस्ता द्या' ते प्रवाशांना विनवत होते. मी चालू लागले तसे लोक डोळे फाडून माझ्याकडे बघायला लागले. अब्बांनी माझा डावा आणि एजाजनं उजवा खांदा धरला होता. मला मी हवेत चालतेय असं वाटत होतं.

डब्यात चढणाऱ्यांनी रेल्वे स्टेशनवर गर्दी केली होती. आता नेहमीप्रमाणे धक्काबुक्की होणार असं वाटत असतानाच अब्बा आणि भैया लोकांनी खाली उडी मारून एकमेकांचे हात धरून साखळी तयार केली. त्यांनी माझ्या दिशेला वळून लोकांना थोपवून धरलं. इकडे माझ्या बहिणी आणि अम्मी आतल्या बाजूनं उतरणाऱ्या लोकांना अडवत होत्या. मला उतरायला वेळ लागणार होता. "तिला लागलंय.

प्लीज, आम्हाला ढकलू नका! मागे व्हा,'' एजाज त्याला धक्का देणाऱ्यांना ओरडून सांगत होता.

काही लोकांची नजर माझ्यावर खिळली होती. मला कसंतरी वाटत होतं. पण त्यामुळे धक्काबुक्की कमी झाली होती. लोक टाचा वर करून, माना उंचावून नक्की काय झालंय ते बघत होते. एजाजनं हात दिला तो धरून उतरताना मी त्याच्या अंगावरच पडले. मला माझा तोल सांभाळण्याइतकी सुद्धा ताकद नव्हती.

अम्मी, गुलशन आणि नर्गिस लगेच पुढे आल्या. पुन्हा माझ्याभोवती कोंडाळं केलं गेलं आणि आम्ही चालू लागलो. हल्ल्यानंतर कित्येक लोकांनी चौकशीसाठी फोन केले होते. मित्र, नातेवाईक, शेजारीपाजारी सगळे मदतीसाठी म्हणून स्टेशनवर आले होते. मला उजव्या बाजूनं बोलण्याचे आवाज येत होते.

मी अजिबात अतिशयोक्ती करत नाहीये, निदान चाळीस जणांचा जमाव येऊन थांबला होता. आम्ही त्या दिशेला गेलो आणि अनेकांच्या गळाभेटी झाल्या. मलाच फक्त कुणी मिठी मारली नाही. मला चुकून धक्काबिक्का लागू नये म्हणून सगळे काळजी घेत होते. हलकासा स्पर्शसुद्धा सहन होत नव्हता. मात्र कुणीतरी हळूच हाताला स्पर्श करत किंवा खांद्यावर हात फिरवत. कदाचित माझ्याशी काय बोलावं हे त्यांना कळत नसावं. मी त्यांच्याजागी असते तर मलाही कळलं नसतं. अचानक माझं एखाद्या चाचीकडे किंवा मैत्रिणीकडे लक्ष जायचं तेव्हा त्या माझ्याकडे बघणं टाळायच्या, पण त्यांच्या मनातली सहानुभूतीची भावना माझ्यापर्यंत पोहोचायची. कुणी माझ्याशी आपणहून बोलत नव्हतं! खरं म्हणजे शब्दांची गरजच नव्हती. माझ्यासाठी एक छोटसं सैन्य भोवती जमा झालं होतं. जिकडं पाहावं त्या बाजूला माणसं आपले डोळे पुसत होती. त्यापैकी अनेक जण आपला एक दिवसाचा पगार सोडून माझ्यासाठी, आम्हा सगळ्यांसाठी आले होते.

मी थकले होते. त्रासात होते पण तरी कुठेतरी आधार वाटत होता, मोकळं वाटत होतं. आपल्या लोकांच्या नुसत्या जवळ असल्यानंसुद्धा एक नवी उमेद येते. माझ्यासोबत इतके सगळे लोक पाहून मला ॲडमिट करून न घेण्याची कुठल्याच हॉस्पिटलची हिंमत झाली नसती. एका डोळ्याचं आधीच नुकसान झालं होतं, त्यामुळे

घरी वगैरे जाऊन वेळ वाया घालवण्यात अर्थ नव्हता. थेट हॉस्पिटलला ॲडमिट करण्याचं ठरलं. एक मोठी गाडी भाड्यानं घेतली होती. मी चढून बसायचा प्रयत्न केला पण गाडी बरीच उंच होती. मला चढायला जमत नव्हतं. अम्मी आणि मासीनं लगेच दुसऱ्या बाजूनं जाऊन मला ओढून घेतलं आणि एजाजनं माझी कंबर धरून मला आधार दिला. पूर्वी मी पट्कन आत सरकून बसायचे. आता मात्र दारातून आत जाता येणंसुद्धा मोठी गोष्ट होती.

माझ्या काकूनं आणलेलं सँडविच सगळ्यांनी खायला सुरुवात केली. "रेश्मा, तुझ्या आवडीचं सँडविच आहे. एक घास खाऊन बघ," अम्मी म्हणाली. मी तिच्याकडे पाहिलंसुद्धा नाही. खिडकीबाहेर बघत बसले.

रिक्षा, कार, मोटरसायकल अशा १०-१२ गाड्या आम्हाला हॉस्पिटलपर्यंत सोबत करत होत्या. हे सगळे लोक माझ्यासाठी देवासारखे होते. माणसाची खरी ओळख आनंदाच्या क्षणी होत नसते तर दुःखाच्या प्रसंगी होत असते. खरं म्हणजे त्या दिवशी स्टेशनवर जमा झालेला गोतावळा बघून मी आधी काहीशी नाराज होते. पण नंतर याच लोकांनी मला रक्ताची गरज पडली तेव्हा धावाधाव आणि फोनाफोनी केली. कित्येक दिवस फारसा संपर्क नसूनसुद्धा अब्बांना पैशाची मदत केली. गंमत म्हणजे लग्नकार्यात आणि इतर सणांना आवर्जून येणाऱ्या काही नातेवाइकांनी मात्र फक्त फोनवरूनच जुजबी चौकशी केली आणि मदत मागितल्यावर तर आमच्या फोनला उत्तर देणंच बंद करून टाकलं.

आमच्यासाठी आशेचा किरण बनून आलेल्या त्या माणसांचं सुंदर चित्र मी मनात जपून ठेवलं आहे. घडलेल्या घटनेनं आम्ही सगळे आतून हादरलो होतो. दगदगीनं थकलो होतो. या लोकांच्या मदतीशिवाय इथवर उमेदीनं पोहोचणं अवघड होतं. संकटं येत होतीच; पण या लोकांनी स्वतःहून त्यांचा भार आपल्या खांद्यावर घेतला होता.

काही वेळात आम्ही 'सिटी ऑफ ड्रीमकेअर हॉस्पिटल'ला पोहोचलो. इथे सुद्धा तेच कागदपत्रं जमा करणं वगैरे सुरू झालं. माझ्यासारख्या जळलेल्या किंवा भाजलेल्या पेशंटसाठी असलेल्या बर्न्स वॉर्डमध्ये जागाच नव्हती. त्यामुळे बेडची व्यवस्था होईपर्यंत वाट बघणं भाग

होतं. नंतर मला समजलं की, मला जागा करून देण्यासाठी कुणालातरी जबरदस्ती बाहेर काढण्यात आलं. गंभीर असलेल्यांना प्राथमिकता होती. माझ्या बेडवरची पेशंट कुठे गेली असेल काय माहीत? मला वाटतं तिची कुठेतरी जमिनीवरच व्यवस्था केली असणार!

अम्मी आणि एजाज मला बर्न्स वॉर्डमध्ये घेऊन गेले. आम्ही लिफ्टमध्ये शिरताच लोक डोळे फाडून माझ्याकडे पाहू लागले. इतका विद्रूप चेहरा त्यांनी आधी पाहिलाच नसेल बहुतेक!

त्या वॉर्डात जाताच एक अरुंद बोळ होता. शप्पथ सांगते आत शिरताच मला मृत्यूचा वास आला. आतून कसलातरी उग्र भपकारा येत होता. बऱ्याच लोकांनी रुमालानं किंवा ओढणीनं तोंड झाकलं होतं. पुढे अजून एक दार होतं. आत एक मोठी खोली होती. त्यात दोन्ही बाजूला मिळून तीसेक बेड होते. सगळे बेड चित्रविचित्र आवाज करणाऱ्या मशिन्सना जोडले होते. तो आवाज ऐकून माझ्या छातीत धडधडायला लागलं. मला आठवणारी पहिली गोष्ट म्हणजे ओरडण्याचे आवाज आणि जमिनीवर असाहाय्य पडलेले लोक!

भिंतीवर रक्ताचे शिंतोडे उडलेले होते. फरशीवरचे रक्ताचे डाग डेटॉलच्या पाण्यानं पुसूनसुद्धा निघाल्यासारखे वाटत नव्हते. रक्ताचा वास डेटॉलच्या वासावर मात करत होता. मला उलटी यायला लागली. मृत्यूची सावली दिसायला लागली. हात, पाय वगैरे भाजलेले पेशंट भिंतीला टेकून बसलेले. चालता चालता आमचे पाय त्यांच्या सुटलेल्या बॅन्डेजवर पडत होते. लोक नर्सला पाण्यासाठी, औषधांसाठी हाका मारत होते. नर्सेस ऐकून न ऐकल्यासारखं करत फिरत होत्या.

जास्त प्रमाणात भाजलेल्या, जळलेल्या पेशंटना तंबूसारख्या आवरणांखाली झाकलेलं होतं. अंगावर कपडे नसल्यामुळे पांढऱ्या चादरी टाकलेल्या होत्या. एका बेडवर एका बाईला छाती उघडी ठेवून बसवलं होतं. तिला त्याचं काही वाटतसुद्धा नव्हतं. पापणीसुद्धा न लवता ती येणाऱ्या जाणाऱ्यांकडे पाहत होती. मला पाहून तिच्या डोळ्यात पाणी आलं. तिची नजर माझा पाठलाग करत होती. मीही तिच्याकडे पाहिलं. तिचे डोळे निष्प्राण वाटत होते. खूप दिवस ओरडून किंचाळून ती थकलेली होती. खांद्यावर पडलेली मान उचलण्याचीसुद्धा तिच्या अंगात ताकद नव्हती. तिच्या शरीराचा पार चोळामोळा झाला होता.

नर्सनं मला माझं बेड दाखवलं. बेडकडे पाहून माझं डोकंच फिरलं. इथं राहण्यापेक्षा जीव दिलेला बरा असं वाटायला लागलं. माझ्या बेडला लागून साधा पडदासुद्धा नव्हता. मला चक्कर यायला लागली. धाप लागायला लागली. जळलेले, विचित्र, विद्रूप चेहरे डोळ्यांसमोर नाचू लागले. रक्त गोठवणाऱ्या किंचाळ्या कानात घुमू लागल्या. मला माझ्यावरच्या हल्ल्याची आठवण करून द्यायला लागल्या.

मी एजाजचा हात धरला आणि इतक्या दिवसात पहिल्यांदा काहीतरी मागायला तोंड उघडलं. ''भाई, मला इथून घेऊन चल. मला इथे अजिबात थांबायचं नाहीये! मी एकवेळ जीव देईन, स्वतःला जाळून घेईन; पण इथे नाही राहणार! हे लोक जिवंत आहेत की मेले आहेत हेही समजत नाहीये. नवीन पेशंटसाठी जुनी रक्ताळलेली चादर बदलून नवीन चादर तरी असावी ना रे!''

माझी अवस्था बघून अम्मी पुढं आली. 'रेश्मा, बाळा शांत हो! इथं जवळपास हा एकच बर्न्स वॉर्ड आहे. कुठल्याही हॉस्पिटलला गेलीस तरी हीच परिस्थिती असणार आहे,'' अम्मी माझ्या पाठीवर हात फिरवत म्हणाली.

मी एजाजचे पाय धरले. येणाऱ्या-जाणाऱ्यापैकी कुणीतरी अनोळखी माणूस येऊन माझी मदत तरी करेल किंवा निदान थांबून चौकशी तरी करेल असं वाटत होतं. पण तिथल्या लोकांना असला देखावा सवयीचा असल्यामुळे साधी चौकशी सोडा उलट हा तमाशा बघून काही नर्स खी खी हसत उभ्या होत्या.

नको त्या विचारांनी माझ्या डोक्यात गर्दी केली. मनात शंकाकुशंका येऊ लागल्या. माझ्या सख्ख्या बहिणीच्या नवऱ्यानं माझ्यावर ॲसिड फेकलं. खरं म्हणजे त्याला बायकोच्या चेहऱ्यावर ॲसिड टाकायचं होतं. आता इतक्या जवळच्या माणसानं असं केल्यावर बाकी कुणावर विश्वास कसा ठेवायचा? नशिबी आलेले भोग मला एकटीलाच भोगावे लागणार होते आणि असंच कुढत मरावं लागणार होतं. कदाचित एक दिवस माझ्या घरचेसुद्धा मला कंटाळून, आहे या परिस्थितीत टाकून निघून जातील असं वाटून गेलं.

''रेश्मा, ऐक! सध्याच्या परिस्थितीत हाच एक योग्य निर्णय आहे. तुला खंबीर व्हावं लागेल. आमच्यासाठी तरी व्हावंच लागेल.''

एजाज म्हणाला. 'मी खंबीर होऊ? ते पण इथं राहण्यासाठी? मी या सगळ्यांपेक्षा खंबीरच तर होते. यांच्यापैकी कुणी जरी माझ्या जागी असतं तर कधीच स्वतःला संपवून टाकलं असतं.' मला भडाभडा बोलावंसं वाटत होतं. मी आता स्पष्ट बोलायचं ठरवलं. निदान त्यामुळे अपराधी वाटून तरी हे लोक काहीतरी दुसरी व्यवस्था करतील अशी मला आशा होती.

"मी इथे अजिबात थांबणार नाहीये," मी अम्मीवर डाफरले. "मुळात तुमच्यामुळेच माझ्यावर ही वेळ आली आहे. तुमच्या चुकांची शिक्षा मला भोगावी लागतेय. तुम्ही गुलशनसाठी एक चांगला नवरा शोधू शकला नाहीत," रागाच्या भरात मी बोलून गेले. शब्दांचा घाव खूप वर्मी बसतो. कधीकधी त्या जखमा आयुष्यभर तशाच राहतात. भरून येत नाहीत. नंतर अनेक वर्षं हे बोलणं आमच्या सगळ्यांच्याच कानात घुमत राहिलं.

त्या दिवशी माझ्या तोंडातून बाहेर पडलेले शब्द मला कधीच परत घेता येणार नाहीत. माझ्या प्रेमाच्या माणसांना मी दुखावलं होतं. तरीही ते अजूनही माझ्यावर तितकचं प्रेम करतात. लहानपणापासून किती वेळा मी ओरडून घेतलं आहे. पण या घटनेनंतर माझ्यावर कुणी ओरडत नाही. माझ्या त्या शब्दांमुळे ते ठरवून माझ्याशी चांगलंच वागतात. रागाच्या भरात बोललेल्या काही विषारी शब्दांमुळे माझ्या बरोबरच्या त्यांच्या वागण्यात बोलण्यात नेहमीच एक अपराधीपणाची भावना राहिली.

त्या वॉर्डातल्या भयंकर वातावरणातून बाहेर पडण्यासाठी कुठल्याही थराला जायची माझी तयारी होती. नक्की काय बोलल्यावर हवा तसा परिणाम होईल याचा मला अंदाज होता; पण संतापाच्या भरात मी जरा जास्तच बोलून गेले. "तुम्हीच जबाबदार आहात. समजलं ना? गुलशनचं लग्न त्या माणसाशी झालं तेव्हा मी फक्त १२ वर्षांची होते. गुलशनचा छळ तुम्हाला दिसत नव्हता? एक ना एक दिवस असं काहीतरी होणारच होतं. इतक्या वर्षांनी तो माझ्या जिवावर का उठला? मला इथं बसवून तुम्ही बाहेर मस्त गरम चहा पीत पीत काळजी करण्याचा दिखावा करणार ना? शेजारीपाजारीसुद्धा याहून बरे वागतात हो!" हल्ल्याच्या दिवसानंतर पहिल्यांदा मी माझ्या भावनांना

वाट मोकळी करून देत होते. माझ्या घरच्यांना माझा तो अवतार पाहून नक्कीच वाईट वाटत असणार. "रेश्मा, रडू नकोस. बेटा, आम्ही तुला इथे टाकून कुठेही जाणार नाहीये. इथे सगळ्यात चांगले उपचार केले जातात. मी रोज अल्लाकडे प्रार्थना करते की मला विद्रूप कर पण माझ्या मुलीची दृष्टी परत येऊ दे. तुझ्या जागी मी का नव्हते? मला माफ कर रेश्मा." अम्मी मला जवळ घेत म्हणाली. तिच्या डोळ्यांना धार लागली. पण माझा आत्मा अजून शांत झाला नव्हता. "हो का? खरंच मलाही कळत नाहीये की अल्ला असं का करत नाहीये!" अम्मीला ढकलून मी त्या खोलीबाहेर पडले. कुठून माझ्यात इतकी ताकद आली होती काय माहीत.

"जाऊ दे तिला!" एजाज सुस्कारा टाकत म्हणाला. दोघंही चुपचाप माझ्यामागे बाहेर आले. आम्ही लिफ्टमध्ये शिरलो. मीच खाली जाण्याचं बटण दाबलं. बाकी सगळे खालीच थांबले होते.

"काय झालं रेश्मा?" गुलशन माझ्या कानात म्हणाली. मी मानेनेच काही नाही म्हणाले. मला अतिशय अपराधी वाटत होतं. पण मला माफी मागता येत नव्हती. काही चुकांच्या बाबतीत माफी पुरेशी नसते. लहानसहान गोष्टींसाठी माफी मागणं सोपं असतं; पण मोठ्या चुका फक्त माफी मागितल्यामुळे विसरल्या जात नाहीत. त्यांना वेळ द्यावा लागतो. तुम्हाला स्वतःला सिद्ध करावं लागतं. माझ्या डोक्यात विचार चालूच होते.

"हा वॉर्ड तिनं राहण्याच्या लायकीचा नाही. तिथलं वातावरण तिला झेपणार नाही! धड स्वच्छतासुद्धा नाही, त्यामुळे इन्फेक्शन वगैरे होऊ शकतं. तिला इथं नाही ठेवता येणार!"

एजाजनं सगळी चूक स्वतःवर घेतली. अम्मी तर अजूनही माझ्या बोलण्यामुळं हादरलेली होती.

"एजाज, तुला तुझी बहीण बरी व्हावी असं वाटतयं का? आपल्याकडं काही पर्याय आहे का? तुझ्या आवडीनिवडी बाजूला ठेव. मूर्खासारख्या कल्पना तिच्या डोक्यात घालू नकोस." अब्बा म्हणाले. अब्बांनी वॉर्ड पाहिला तरी होता का? काही न बघताच उगाच त्यावर कशाला मत मांडत होते कोण जाणे.

"आता नक्की काय करायचं आहे?" अब्बांनी विचारलं. ही चर्चा

ऐकून एजाजचा एक मित्र मदतीला धावून आला. "भाईजान चिंता करू नका. मी एका स्थानिक नेत्याला ओळखतो. तुम्ही इथेच थांबा. मी पाहतो काय करता येतंय ते. रीना, जरा चहा पाण्याचं बघ!" तो त्याच्या बायकोला म्हणाला आणि काही लोकांना फोन लावायला गेला.

आमच्याबरोबर आलेल्या लोकांनी वातावरणातला ताण हलका करण्यासाठी आमच्याबरोबर गप्पा मारायला सुरुवात केली. अब्बासुद्धा जरा शांत झाले. मी झोपल्याचं सोंग करून खुर्चीत बसून राहिले. त्यामुळे कुणी मला काही विचारायच्या भानगडीत पडलं नाही.

साधारण पाऊण तासानं एक माणूस आला, त्याचं नाव गौतम शर्मा! ते चेंबूर विभागातले नेते होते. श्रीमंत नसला तरी तत्त्वांचा पक्का असलेला हा माणूस आपल्या वॉर्डातल्या लोकांच्या मदतीसाठी नेहमी तत्पर असायचा. खासगी रूम मिळवून देण्याचं त्यांनी अब्बांना आश्वासन दिलं. मग सुरू झाला मला खासगी रूम मिळवण्याचा खटाटोप! माझी सगळी मेडिकल हिस्ट्रीची कागदपत्रं घेऊन जवळजवळ दोन तास एजाज त्यांच्या बरोबर फिरत होता.

सगळ्यात आधी शर्मा रिसेप्शनवरच्या बाईशी बोलले. तिनं मला आधीच बर्न्स वॉर्डमध्ये जागा दिल्याचं कारण सांगून खासगी रूम द्यायला नकार दिला. पटत नसेल तर सरळ दुसरीकडे जा. असं तिचं म्हणणं होतं. त्यांनी तिला माझ्या गंभीर परिस्थितीबद्दल सांगितलं. मी लहान होते. त्या वॉर्डातल्या भयानक वातावरणाशी जुळवून घेणं माझ्यासाठी अवघड होतं. हे सगळं सांगूनही तिच्यावर काही परिणाम होत नाहीये हे बघून त्यांनी तिथल्या वरिष्ठ अधिकाऱ्यांशी बोलायची इच्छा व्यक्त केली. तीही धुडकवण्यात आली. पण जेव्हा त्यांनी स्वतःची खरी ओळख सांगितली तेव्हा जादूची कांडी फिरल्याप्रमाणे लगेच भेटीची परवानगी मिळाली. हॉस्पिटलच्या सुपरिटेंडेन्ट बरोबर त्यांची चर्चा झाली. एजाज आणि त्यांनी मिळून सगळी परिस्थिती त्यांना सांगितली. ते खरेच मोठ्या मनाचे होते. माझे पूर्वीचे आणि आत्ताचे फोटोसुद्धा त्यांना दाखवले. त्या फोटोंमुळे मला ए.सी. रूम पंचवीस टक्के सवलतीच्या दरात मिळाली. तोपर्यंत मी स्वतःला आरशात बघितलं नव्हतं किंवा हल्ल्यानंतरचे माझे फोटोसुद्धा मी पाहिले नव्हते.

त्यामुळे त्यांचा काही उपयोग होऊ शकतो, याची साहजिकच मला कल्पना नव्हती.

त्या दिवशी माझी कहाणी ऐकून ते अतिशय अस्वस्थ झाले. त्यांनी ताबडतोब हाताखालच्या लोकांना माझ्याकडे नीट लक्ष द्यायला सांगितलं. सवलतीच्या दरात शस्त्रक्रिया, औषधं वगैरेची माहिती देणारा कागद द्यायला सांगितला. म्हणजे डिस्चार्जच्या वेळी द्यायच्या रकमेची व्यवस्था करायला आम्हाला मदत झाली असती. सुरुवातीला काही रक्कम भरायची होती. अब्बांचे तिन्ही धाकटे भाऊ पुढे आले. रेश्मा बरी होणं सगळ्यात महत्त्वाचं आहे, त्यांनी सांगितलं आणि जमेल तसे पैसे परत करा असा धीर दिला. लाखाच्या घरातलं ते कर्ज बहुतेक अजूनही पूर्णपणे फिटलेलं नाहीये.

पुढच्या तासाभरात मला एका ए.सी. रूममध्ये हलवण्यात आलं. या वॉर्डात शिरल्यानंतर दोन्ही बाजूला खासगी खोल्या होत्या. इथे गंभीर पेशंट्सवर उपचार केले जायचे. त्यांच्या शारीरिक इजा या अपघातानं झालेल्या नव्हत्या तर त्यांच्या बाबतीत काहीतरी भयंकर घडलं होतं. त्यांच्या केसेसबद्दल अगदी हळू आवाजात चर्चा ऐकू यायची. सगळ्या खोल्या बायकांनी भरल्या होत्या. त्यातसुद्धा नवऱ्याने किंवा सासू-सासऱ्याने पेटवून दिलेल्या बायकांची संख्या जास्त होती. त्यांना बघून मला नेहमी वाटायचं की गुलशन जर जमालुद्दीनच्या घरून त्या दिवशी पळाली नसती तर काय झालं असतं? तिथं अशाही बायका होत्या ज्यांचा घरातच अतिशय हिंस्र पद्धतीने गर्भपात केला गेला होता. पोटातलं बाळ मुलगी असल्याची शहानिशा करून मग त्या बाईला गर्भपात करायला भाग पाडायचं. त्यासाठी बेकायदेशीर मार्ग अवलंबले जात असत. मुलींची भ्रूणहत्या थांबवण्यासाठी सरकारनं गर्भलिंग निदान करण्यावर बंदी आणली आहे. आणि जसं आपणा सर्वांना माहीत आहे कायद्यानुसार बाळाच्या जन्मानंतरच त्याचं लिंग पालकांना समजतं.

त्यात एक बाई होती जिच्या उपचारांचा खर्च स्त्रियांच्या हक्कासाठी काम करणारी एक सामाजिक संस्था करत होती. तिला भेटायला कुणीच येत नव्हतं. ती गप्प गप्प असायची. क्वचितच बोलायची. अधूनमधून त्या संस्थेची कुणीतरी सभासद उपचारांची वगैरेची माहीती

घेऊन, आवश्यक कामांची पूर्तता करून निघून जायची. तिच्यासाठी एक थेरपिस्ट नेमलेली होती. पण ही बाई त्या थेरपिस्टबरोबर काय बोलायची किंवा बोलायची तरी का, हा प्रश्नच होता. तिला घरच्यांनी जबरदस्तीनं गर्भलिंग तपासणी करायला लावली होती आणि पोटात मुलगी आहे हे कळल्यानंतर नवऱ्यानं आणि सासऱ्यानं बेदम मारहाण केली होती. तिच्या पोटात मुलगी वाढत होती ना!

हॉस्पिटलमधले लोक सांगत होते की तिनं शेजाऱ्यांकडे मदतीसाठी जाण्याचा प्रयत्न केला; पण तिच्या सासूनं आणि नणंदेनं तिला पकडलं आणि पलंगाला बांधून घातलं. तिच्या तोंडात बोळा कोंबून तिला बेशुद्ध पडेपर्यंत मारहाण केली. ती शुद्धीवर आल्यानंतर तिला पुन्हा मारमार मारण्यात आलं. मारहाणीतून वाचण्यासाठी तिनं बेशुद्ध पडायचं नाटकसुद्धा करून पाहिलं. पण जेव्हा तिचा बनाव त्यांच्या लक्षात आला तेव्हा त्यांनी तिचं डोकं धरून गुदमरेपर्यंत पाण्याच्या बादलीत दाबून ठेवलं. मग पुन्हा मारहाण! रात्री सुरू झालेलं हे चक्र सकाळी ६-७ वाजेपर्यंत थांबलं नव्हतं. कहर म्हणजे यानंतर तिच्या नवऱ्यानं आणि सासऱ्यानं तिच्या पोटावर उड्या मारायला सुरुवात केली. त्या न जन्मलेल्या मुलीचा तिच्या बापानंच खून केला. गर्भपाताला माझी ना नाही; पण असला किळसवाणा प्रकार म्हणजे माणुसकीचाच खून केल्यासारखा होता. ही गोष्ट ऐकून आम्हाला अतिशय वाईट वाटलं. मी त्यावर काही बोलले नाही, मी माझ्याच परिस्थितीशी लढत होते. मी बोलणार तरी काय होते?

तिच्याशी एकदा बोलून पाहावं का असा विचारही माझ्या मनात आला. पण मी कधी तसा प्रयत्न केला नाही. मी तिची काय मदत करू शकणार होते? पण आज वाटतं की मी बोलायला हवं होतं. आज मला अशा प्रत्येक बाईला भेटून सांगावसं वाटतं की निराश होऊ नकोस. पुढे चांगलं काहीतरी घडेल. जशी मला लोकांनी उभं राहायला मदत केली तशीच मीही अशा बायकांची दुःख दूर करण्यासाठी प्रयत्न करेन. तिथं काही बलात्कारित स्त्रियाही होत्या. त्या तर काय काय भोगून आल्या होत्या. त्यांचे अनुभव ऐकून अंगावर काटा यायचा. त्या आधी कधीही मी एखादी बलात्कार झालेली मुलगी किंवा बाई पाहिली नव्हती. अर्थात असा माझा समज होता.

आपल्या देशाची राजधानी दिल्ली तर बलात्कारांच्या वाढत्या घटनांसाठी प्रसिद्ध आहे. १६ डिसेंबर २०१२ ला सगळ्या जगाला धावत्या बसमध्ये झालेल्या गँगरेपनं हादरवून सोडलं होतं. २३ वर्षांची ज्योती सिंग ही फिजिओथेरपी शिकणारी मुलगी आपल्या एका मित्राबरोबर सिनेमा बघून रात्री साडेनऊ वाजता एका बसमध्ये चढली. ड्रायव्हरसह बसमध्ये सहा पुरुष होते. सगळे दारूच्या नशेत होते. त्यांनी तिच्या मित्राला बेदम मारहाण करून बेशुद्ध केलं. तिला बसच्या मागच्या भागात नेऊन आळीपाळीनं तिच्यावर बलात्कार केला. तिनं प्रतिकार करण्याचा खूप प्रयत्न केला. एकाने तिच्या अंतर्भागात सळी घुसवली. आपलं काम झाल्यावर त्या लोकांनी त्या दोघांना रस्त्यावर फेकून दिलं. एका माणसानं त्यांना हॉस्पिटलमध्ये नेलं. तिला व्हेन्टिलेटरवर ठेवण्यात आलं. पकडलं गेल्यावर त्यापैकी एका आरोपीनं सांगितलं की त्या अल्पवयीन मुलानं लोखंडी सळी घुसवून बाहेर काढल्यावर काहीतरी लाल दोरीसारखं बाहेर आलं. ते तिचं आतडं होतं. तिच्या आतड्याला, गर्भाशयाला गंभीर इजा झाली होती. या घटनेचे तीव्र पडसाद उमटले आणि सरकाराविरोधात देशभर निदर्शनं झाली. २९ डिसेंबरला ज्योती सिंगापूरच्या एका हॉस्पिटलमध्ये मरण पावली. तिला 'निर्भया' नाव देण्यात आलं. कसंलही भय नसलेली ती निर्भया! तिच्यासाठी हजारो लोक रस्त्यावर उतरले. पोलीस आणि लोकांमध्ये धक्काबुक्की झाली. परिस्थिती नियंत्रणात आणण्यासाठी रॅपिड ॲक्शन फोर्सला बोलावलं गेलं. २९ डिसेंबरला इंडिया गेटवर शांतता मोर्चा काढण्यात आला. सगळीकडे चोख बंदोबस्त ठेवण्यात आला होता. ही आरपारची लढाई होती. स्त्रियांच्या सुरक्षेसाठी, हक्कासाठी अतिशय गरजेचं पाऊल होतं. सरकारला जनतेचं ऐकावंच लागलं. फास्ट ट्रॅक कोर्ट स्थापन झालं. नवीन कायदे आणा वगैरे चर्चा झाली तरी निर्भयाच्या केसचा निकाल लागायला पाच वर्षं लागली. अल्पवयीन आरोपी सोडून बाकीच्यांना फाशीची शिक्षा झाली. तो अल्पवयीन मात्र एका सामाजिक संस्थेच्या मदतीनं दक्षिण भारतात आपली खरी ओळख बदलून नोकरी करतो आहे. तिच्यावर अत्याचार करताना तो सतरा वर्षांचा होता. आता तो तेवीस वर्षांचा आहे. मला कळत नाही की एखादा माणूस फक्त ठरावीक वय ओलांडल्यावर 'सज्ञान' लोकांच्या

यादीत कसा काय येतो? आरोपी पक्षाचा वकील म्हणाला, ''माझी मुलगी जर अशी रात्रीबेरात्री बाहेर फिरली तर मी स्वतःच तिला जिवंत जाळलं असतं.'' लोक त्याच्या वक्तव्यामुळे पेटून उठले.

आजही परिस्थिती फारशी बदललेली नाही. बलात्कार आणि ॲसिड हल्ल्याच्या घटना वाढतच आहेत. २०१८ च्या सुरुवातीला एका आठ महिन्याच्या मुलीवर तिच्याच सत्तावीस वर्षांच्या एका नातेवाइकानं बलात्कार केला. त्या आरोपीचं म्हणणं होतं की त्याला ती सज्ञान वाटली. अशा बातम्या रोज ऐकायला मिळतात. ज्या घटनांमध्ये 'लोखंडी सळी'सारखी अमानुषता नसते किंवा मुलगी मरणाच्या दारात नसते अशा कित्येक 'साध्या' केसेस वर्तमानपत्रापर्यंत पोहोचतसुद्धा नाहीत. या हॉस्पिटलमध्ये येण्यापूर्वी मी एकाही बलात्कार झालेल्या बाईला भेटले नव्हते असं मला वाटत असलं तरी अशा हजारो घटना सभोवती घडत असताना नकळतपणे नक्कीच अशा एखाद्या बाईशी, मुलीशी माझी गाठ पडली असणारच! बाईलाच दोषी ठरवण्याची प्रवृत्ती आणि पुरुषांच्या हक्कांच्या वाढत्या प्रस्थामुळे अशा प्रकरणात बायका गप्प राहणचं पसंत करतात.

मी त्या वॉर्डातल्या खोलीत पंधरा दिवस होते. किती बायका आल्या-गेल्या. बलात्कार झालेल्या, जळलेल्या, अत्याचार भोगलेल्या! सगळ्या गरीब परिस्थितीतून आलेल्या होत्या. त्यांना हे महागडे उपचार परवडणारे नव्हते म्हणून त्यांना या ठरावीक वॉर्डात जागा दिली जायची. शर्मा सरांचे उपकार नसते तर माझं काय झालं असतं या विचारानं माझा थरकाप उडाला. असे स्थानिक पातळीवर काम करणारे अनेक जण आहेत जे लोकसभा किंवा राज्यसभेपर्यंत पोहोचत नाहीत. खरा बदल हा गौतम शर्मा आणि इतर अनेक तळागाळात काम करणाऱ्या तत्त्वनिष्ठ कार्यकर्त्यांमुळेच होत असतो. जे आपलं आयुष्य लोकांसाठी वेचतात. आपल्याकडे राजकारणी म्हटलं की लगेच त्याला भ्रष्टाचाराशी जोडलं जातं, त्याला सत्तेची हाव असणारच असं आपण समजतो; पण जगातली सगळ्यात मोठी लोकशाही असणाऱ्या अब्जावधी लोकांच्या आपल्या देशात हजारो गौतम शर्मासुद्धा आहेत. ते पावसाळ्यात उघडे पॉटहोल्स बंद करवतात, खुल्या ॲसिड विक्रीवर बंदी आणण्यासाठी याचिका दाखल करतात, सरकारतर्फे उपचारांसाठी गरिबांना ज्या

सोयीसुविधा किंवा कोटा उपलब्ध केला जातो, तो त्यांना मिळवून देण्याकरता धडपडतात. आपली न्यायव्यवस्था कठोर कायदे करते; पण राजकारणी लोक त्यांची अंमलबजावणी करण्यात कमी पडतात.

फेब्रुवारी २०१५ मध्ये तेलंगणाचे आरोग्यमंत्री सी. लक्ष्मी रेड्डी एका हॉस्पिटलमध्ये पाहणी करायला जात होते. हॉस्पिटलच्या बाहेर एक मरायला टेकलेला माणूस उपचारांसाठी भीक मागत होता. पण मंत्रीसाहेब तिथं न थांबताच पुढे निघून गेले. पुढे नक्की काय झालं माहीत नाही; पण तो तिथेच मेला असण्याची शक्यता जास्त आहे. त्याच्या अंगात त्राण नव्हतं. फोटोत तो माझ्यापेक्षा सुद्धा बारीक दिसत होता. अनेक वृत्तपत्रांत याची चर्चा झाली. अशा लोकांची जर आरोग्यमंत्र्यांनीच थांबून चौकशी केली नाही, दखल घेतली नाही तर कोण घेईल? अशावेळी गौतम शर्मा आणि इतर अनेक समाजसेवक, कार्यकर्ते ज्यांनी मला आजवरच्या प्रवासात मदत केली त्यांचे चेहरे डोळ्यांसमोर येतात. त्या रस्त्यावरच्या माणसालाही असंच कुणी भेटलं असतं तर तो कदाचित जगला असता. आपल्याकडे कडक कायदे आहेत पण त्यांची अंमलबजावणी नीट केली जात नाही. अर्थात हळूहळू बदल होतो आहे. नेतेमंडळी कायद्यांचं गुणगान करत असतात; पण कायद्यांपेक्षा रस्त्यावर उतरून काम करणारे समाजसेवकच लोकांना जास्त मदत करत आहेत. माझ्या ओळखीतल्या काही लोकांकडून अनेक मोठेमोठे नेते समाजकार्याबद्दल नक्कीच काहीतरी शिकू शकतात.

भविष्याचा वेध

या हॉस्पिटलमध्ये उपचार सुरू होईपर्यंत मला डाव्या डोळ्यानं दिसायचं पूर्णपणे बंद झालं होतं. माझं बुब्बुळ आकसून खड्डा तयार झाला होता. सुदैवानं उजव्या डोळ्याची सूज कमी झाली होती, आणि दृष्टीसुद्धा व्यवस्थित होती. उजव्या डोळ्याची परिस्थिती डाव्या डोळ्यासारखी होऊ नये यासाठी काय करता येईल याबाबत डॉक्टर आपापसात विचारविनिमय करत होते. उजव्या डोळ्यावर पूर्णवेळ स्वच्छ पट्ट्या बांधून ठेवायला सांगितलं होतं. आणि दृष्टी सुधारण्यासाठी अनेक औषधं दिली होती. चर्चेअंती डॉक्टरांनी दोन ऑपरेशन्स करायची ठरवली. पहिलं ऑपरेशन मोठं होतं. कपाळातून होणारा रक्तस्राव थांबवायला आणि उघडा पडलेला भाग नीट करायला पूर्ण कपाळावर त्वचारोपण करणार होते. नंतर माझ्या डाव्या डोळ्यावरच्या भुवईखालची त्वचा जळल्यामुळे जो खड्डा पडला होता तो भरून काढण्यासाठी अजून एक त्वचारोपण करण्याचा निर्णय घेण्यात आला.

माझ्या भुवया आणि पापण्या पूर्णपणे जळून गेल्या होत्या. हे कळल्यावर मला एक प्रसंग आठवला. मला पंधरावं वर्ष लागेपर्यंत मी मुलांसारखेच कपडे वगैरे घालायचे. मग हळूहळू मुलींसारखं नट्टापट्टा करणं, दागदागिने घालणं आवडायला लागलं. माझ्या वयाच्या इतर मुलींप्रमाणे मीही पहिल्यांदा भुवया कोरून घ्यायला ब्यूटी पार्लरमध्ये गेले. तिथल्या बाईनं दोऱ्यानं भुवईचा काही भाग ओढताच जे काही दुखलं ते माझ्या सहनशक्तीच्या पलीकडचं होतं. मी कपाळाची त्वचा ओढून धरली होती. एका क्षणी तो हात निसटला आणि मी अचानक डोळा उघडला त्यामुळे त्या बाईचा हातही निसटला. मी आरशात

पाहून ओरडलेच कारण माझी अर्धी भुवई गायब झाली होती. मी धावत घरी आले आणि इतकं फालतू पार्लर सुचवलं म्हणून गुलशनशी भांडण काढलं.

माझी अर्धी भुवई पाहून लोक हसतील या भीतीनं मी भुवई पुन्हा पहिल्यासारखी होईपर्यंत नकाब आणि अंगभर बुरखा घालायचं ठरवलं. एजाजला हिजाब घातलेला आवडायचा नाही. आपले कान, केस, आणि गळा झाकण्यासाठी मुस्लीम महिला हिजाब घालतात. नकाब मात्र पूर्ण चेहरा झाकण्यासाठी असतो. फक्त डोळ्यांच्या जागी उघडी पट्टी असते. मी नकाब घालायचं ठरवल्यावर तो वैतागला. "रेश्मा, काय चाललयं तुझं? आपण भारतासारख्या पुढारलेल्या देशात राहतो. उगीच काहीतरी वेडेपणा करू नकोस. खरंतर तुला हिजाबसुद्धा घालायची गरज नाही. भुवईचं काय इतकं कौतुक? होईल पुन्हा पहिल्यासारखी!"

त्या क्षणी अर्धी कापलेली भुवई ही माझ्यापुढची सगळ्यात मोठी समस्या होती. डोळ्याला पाण्याच्या धारा लागल्या होत्या. पण अम्मीनं मला काजळ वापरून भुवई नीट करायला शिकवलं त्यामुळे नकाब घालायची वेळच आली नाही.

आणि आज मी केस, एक डोळा, भुवया, पापण्या सगळं गमावून बसले होते. मी नशिबाला दोष द्यायला लागले. कदाचित माझाही दोष होता. मला माझ्या दिसण्याची, सौंदर्याची किती काळजी आहे हे कदाचित जमालुद्दीनला माहीत होतं. त्यामुळे माझ्या सौंदर्यावरच वार केला तरच खरा बदला घेता येईल असं त्याला वाटलं असणार.

त्या नराधमामुळं आज माझ्यावर हे ऑपरेशन करायची वेळ आली होती. आदल्या दिवशी ओळखीचे लोक भेटायला आले. भीती वाटते का विचारल्यावर मी नाही म्हणायचे. मी आधीच इतक भोगलं होतं की ऑपरेशनचं मला काहीच वाटत नव्हतं. 'करोडो लोकांची ऑपरेशन्स होतात पण ॲसिड हल्ल्यातून वाचणारे मात्र फारच थोडे असतात.' कुणीतरी समजूत काढत होतं. माझी कोणाशीही बोलायची इच्छा नव्हती. खरं म्हणजे लोक माझ्याशी बोलत नव्हतेच. नेहमीप्रमाणे आपापसातच बोलत होते, त्यांच्या लेखी मी तिथं नव्हतेच.

ऑपरेशनच्या आदल्या रात्री शिकाऊ डॉक्टर्स येऊन तपासून, पुढचे बारा तास काहीही खायचं प्यायचं नाही अशी सूचना देऊन

गेले. एकामागे एक दोन ऑपरेशन्स होणार होती. मला भविष्यात अनेक ऑपरेशन्स करावी लागणार होती. आणि सारखी सारखी भूल देणं शरीरासाठी अतिशय अपायकारक असल्यामुळे एकदा भूल दिल्यावर दोन्ही ऑपरेशन्स करायची होती. मी आणि माझ्या घरच्यांनी होकार दिला. तसंही आमच्या मताला काय किंमत होती?

आमच्यात कुणी दहावीच्या पुढे फारसं शिकलेलंसुद्धा नव्हतं. या सगळ्या वैद्यकीय गुंतागुंतीबद्दल आम्हाला काय माहीत असणार! माझ्या जांघेच्या आतल्या त्वचेचा काही भाग त्वचारोपणासाठी वापरला जाईल असं नर्स म्हणाली. "नाही नाही, अजिबात नाही किती दुखेल ते आणि मला चालताही येणार नाही नीट." मी ओरडले.

दुसरा काहीतरी उपाय शोधा. तिला अजून त्रास व्हायला नको." या वेळी अम्मी माझ्या बाजूनं उभी राहिली. नर्स आणि डॉक्टरांनी खूप समजावण्याचा प्रयत्न केला. पण उपयोग झाला नाही. शेवटी मांडीच्या आतल्या बाजूची त्वचा वापरायची असं ठरलं. ऑपरेशनच्या दिवशी सकाळी पुन्हा नर्स सगळ्या तपासण्या करायला आली. तिच्या हातात कापूस आणि नेलपेन्ट रिमूव्हर होतं. ऑपरेशनच्या वेळी नखांपर्यंत रक्तपुरवठा जातोय की नाही हे बघावं लागतं म्हणून ती नखं स्वच्छ करायला आली होती. मी आश्चर्यानं माझ्या पायांकडे पाहिलं. मी नेलपेंट लावायचे? मी तर विसरूनच गेले होते. किती निरर्थक वाटत होतं ते आता! ज्या क्षुल्लक गोष्टी बाकीच्या मुलींसाठी महत्त्वाच्या असतात त्या मी विसरले होते. माझे पाय किती घाण झाले असतील! मला त्या नर्सची दया आली. मला आरसा का दाखवत नाहीयेत? नक्की चेहरा किती खराब झालाय? माझ्या मनात विचार आला. मी परत कधीच नेलपेंट न लावण्याची शपथ घेतली. अर्थात जर इथून जिवंत बाहेर पडले तर!

असा विचार करताच एकाएकी माझ्या छातीत धस्सं झालं, श्वास घ्यायला त्रास व्हायला लागला. मला काहीही भविष्य नाही याची जाणीव झाली. इथून बाहेर पडलेच तर पुढे काय? सगळं विसरून मी पहिल्यासारखं नेलपेन्ट लावू शकेन? मला पुढे शिकता येणार नाही, मला नोकरी मिळणार नाही, माझं लग्नही होणार नाही. घरात बसून मरणाची वाट पाहायची? मला पहिल्यांदाच बाकीच्या मुलींचा मत्सर

वाटायला लागला. त्या कॉलेजला जाणार, क्लास बुडवणार, सिनेमे पाहणार, प्रेमात पडणार, वजन वाढलं म्हणून रडणार! आणि मी? मी तर अजून डोंगर, दऱ्या, बर्फ काहीच पाहिलं नव्हतं. अजून माझं शिक्षणसुद्धा व्हायचं होतं.

आधी जेव्हा मी माझ्या भविष्याचा विचार करायचे तेव्हा माझ्या कल्पनांना पंख फुटायचे. आता दृष्टी आणि आत्मसन्मानासारखी माझी कल्पनाशक्तीही नाहीशी झाली. भविष्याचा कितीही उमेदीनं विचार करायचा प्रयत्न केला तरी फक्त मरणाच्या कल्पनांनी बरं वाटायचं. मी मेल्यावर किती लोक रडतील, याचा अंदाज बांधण्यात आनंद वाटायला लागला. पुढचे कितीतरी महिने मी माझ्या मरणाची कल्पना करत होते. एका कल्पनेत मी ऑपरेशन सुरू असतानाच मरून गेले. अजून एका कल्पनेत मी गळ्यावर गोळी झाडून किंवा मनगटाची नस कापून आत्महत्या केली. जाळून घेण्याचा विचार मात्र कधी डोक्यात आला नाही. अजून एक माझ्या आवडीची कल्पना होती. ज्यामध्ये मी जमालुद्दीनच्या अंगावर ॲसिड टाकते आणि बदला म्हणून तो मला मारून टाकतो.

ऑपरेशन थिएटरमध्ये शिरल्यावर मात्र सगळे विचार एकदम बंद झाले. ऑपरेशननंतर जाग आली तेव्हा मांडीतून प्रचंड कळा येत होत्या. कपाळावर लावण्यासाठी तिथूनच त्वचा काढली होती. मी वेदनाशामक गोळ्यांसाठी ओरडत होते. पण मला गोळी देत नव्हते. अजूनही भूल नीट उतरली नसल्यामुळे मला गरगरल्यासारखं वाटत होतं. वेदनाशामक गोळ्यांच्या गैरवापराच्या भीतीमुळे सरकार त्यावर नियंत्रण ठेवतं. तेव्हा मॉर्फिन उपलब्ध नव्हती. त्यामुळे मला कुठल्यातरी साध्या गोळ्या देण्यात आल्या. नंतर कधीतरी अमेरिकेच्या एका केसबद्दल ऐकलं. तो माणूस ४०टक्के भाजला होता तर त्याला कृत्रिम कोमामध्ये ठेवलं होतं. आणि आपल्या भारतात मात्र ८० ते ९०टक्के जळलेल्या लोकांना साधी मॉर्फिन मिळत नाही.

ऑपरेशन झाल्यावर हॉस्पिटलमधून घरी जायच्या वेळी डॉक्टरांनी मला जास्तीत जास्त वेळ ए.सी. असलेल्या खोलीत राहण्याचा सल्ला दिला. मुंबईच्या गरम आणि दमट हवेमुळे जखम चिघळण्याची शक्यता होती.

मौसीच्या छोट्याशा घरात ए.सी. असल्यामुळे आमच्या घरी न जाता मला तिकडे ठेवण्याचं ठरलं. माझ्या घरच्यांनी मला तिच्याकडे सोडलं. आम्ही जेवलो आणि दुसऱ्या दिवशी परत येतो असं सांगून ते घरी गेले. मी एक डुलकी काढली आणि उठल्यानंतर बाथरूममध्ये गेले.

हात धुताना मी वरच्या आरशात बघितलं. हल्ला झाल्यानंतर दोन महिन्यांनी मी स्वतःला पाहत होते. आरशातल्या माझ्या चेहऱ्याला पाहून मी जागच्या जागी थिजून गेले. माझ्या डोळ्यांची अवस्था बघून तर मी घाबरून गेले. माझ्या चेहऱ्याचं नुकसान झालं आहे याची कल्पना मला होतीच; पण हा आरशातला चेहरा माझा नव्हता. कुठलातरी विचित्र प्राणी होता हा मी नक्कीच नव्हते. माझ्या चेहऱ्याची सगळी रया गेली होती. डोळा असून नसल्यासारखा होता. खालचे ओठ जबड्याला चिकटले होते आणि ते वितळलेल्या मेणबत्तीसारखे दिसत होते. माझे दात बाहेर आले होते. माझे गाल खडबडीत झाले होते. आधीचा रसरशीतपणा गायब झाला होता. नितळ त्वचेच्या जागी जखमा होत्या. औषधांमुळे आणि पस जमल्यामुळे माझ्या कपाळावर बांधलेल्या पट्ट्या पिवळ्या दिसत होत्या. सगळा चेहरा रक्ताळलेला होता. नाकाचं सालटं निघून आतला मांसल भाग दिसत होता. मरून पुन्हा जिवंत झालेल्या एखाद्या प्रेतासारखी मी दिसत होते. माझ्या डोळ्यांतून घळाघळा पाणी वाहू लागलं. मला जो धक्का बसला त्याचं वर्णन शब्दात करणं अशक्य आहे. माझा भाचा मला पाहून रडायला का लागला ते आता मला कळलं. तेव्हा मला वाटलं होतं की त्याला माझी काळजी वाटतेय. खरंतर तो घाबरला होता.

पुन्हा एकदा मरावंसं वाटायला लागलं. मी लोकांसमोर असं जाता कामा नये. लोकांना मी रोगट किंवा एखादी चेटकीण वगैरे वाटेन. माझ्या मनात एकदम काय आलं कुणास ठाऊक मी तोंडाला रुमाल गुंडाळला आणि घराबाहेर पडले आणि आमच्या चाळीच्या दिशेनं चालायला लागले. मी मावशीबरोबर राहणं अशक्य होतं. असा चेहरा घेऊन तर नाहीच नाही. माझ्या या भयानक परिस्थितीचा कुणालाही त्रास व्हायला नको. माझ्या घरच्यांमुळे माझ्यावर ही वेळ आली होती, त्यामुळे मी फक्त त्यांची जबाबदारी होते. मी रिक्षात बसले आणि

घरचा पत्ता सांगितला. चाळीसमोर पोचताच मी जिना चढून आमच्या एका खोलीच्या घरात धावत गेले. माझं डोकं ठिकाणावर नव्हतं. मधलं मला काही आठवत नाही; पण पुढच्या क्षणी अम्मी आणि एजाजला मी हातात सुरी घेऊन स्वयंपाकघरात उभी दिसले. मी सुरीच्या पात्यावर बोटं फिरवत होते. मला बघून अम्मी ओरडायला लागली.

''रेश्मा काय करतीयेस हे?'' ती माझ्याकडे झेपावली. एजाजनं तिला मागं ओढलं. ''अम्मी, थांब पुढे जाऊ नकोस. ती घाबरेल!

रेश्मा, माझं ऐक, ती सुरी मला दे,'' तो माझ्याकडे वळून म्हणाला.

''मला आता जगायचं नाहीये!'' मी निक्षून सांगितलं.

''आज नको! अम्मीकडे बघ, अब्बांचा विचार कर, ते मरून जातील तुझ्याशिवाय! ते किती दुःखात आहेत तुला माहितीये ना! आमच्या हातात असतं तर तुझा सगळा त्रास, दुःखं दुपटी-तिपटीनं आमच्यावर घेतली असती. आम्ही अल्लाकडे प्रार्थना करतो की आमचं आयुष्य घे पण तुझ्या आयुष्यात थोडातरी आनंद येऊ दे! तुझ्याशिवाय आम्ही सगळेच मरून जाऊ गं!'' एजाज काकुळतीनं म्हणाला. मी रडत रडत जमिनीवर कोसळले. ''जमालुद्दीनचा विचार कर. तुला त्याला जेलमध्ये सडताना खरंतर फासावर लटकताना पाहायचं नाहीये? तुझ्याशिवाय केस कोर्टात उभीसुद्धा राहणार नाही आणि सौफी कधीच सापडणार नाही.''

एजाज अजूनही माझी समजूत काढत होता. सौफीचं नाव ऐकताक्षणी मी भानावर आले आणि सुरी खाली ठेवली. त्या नराधमाच्या कुरापतींमुळे अजून एका निष्पाप जीवाचा बळी जायला नको. जमालुद्दीनच्या घरी जेव्हा अम्मी-अब्बा सौफीला घ्यायला गेले तेव्हा फरपटत घरात नेताना दिसला तो शेवटचा! त्यानंतर त्याला कुणीही पाहिलं नव्हतं. मी गुलशनचं सुद्धा देणं लागत होते. तिनं इतकी वर्षं छळ सहन केला होता. माझ्या गंभीर परिस्थितीमुळे तिनं तिच्या जळलेल्या हाताकडे दुर्लक्ष केलं होतं. तिच्या हाताकडे कुणी बघितलंही नव्हतं. तिच्यावर काही उपचार तरी चालू होते की नाही काय माहीत? सौफी, गुलशन, अब्बा, अम्मी यांच्यासाठी आणि न्याय मिळवण्याच्या हट्टासाठी त्या

दिवशी मी स्वतःचा जीव घेतला नाही.

अम्मीनं सुरी एजाजच्या हातात दिली. त्यानं ती ताबडतोब कपाटात ठेवली आणि कुलूप लावून किल्ली खिशात टाकली. अम्मीनं माझ्याजवळ बसून मला धीर दिला. मी थकून गेले होते. तिनं थोडं पाणी पाजलं. मी उठून माझ्या नेहमीच्या जागी झोपणार तेवढ्यात अम्मी म्हणाली, "खाली नको, वर बेडवर झोप. आम्ही खाली झोपू.

मी झोपल्यावर अम्मी आणि एजाजनं घरातल्या सगळ्या टोकदार, धारदार वस्तू कपाटात लपवून ठेवल्या. मी परत मासीकडे राहायला जाणार नाही हे समजताच अब्बा आणि एजाज तडक बाजारात जाऊन ए.सी. घेऊन आले आणि तो सुरूसुद्धा करवून घेतला. फार खर्च झाला असणार याची मला कल्पना होती, पण मला आराम मिळावा म्हणून माझ्या घरचे स्वतःला विकायलासुद्धा तयार होते.

दुसऱ्या दिवशी सकाळी पाहुण्यांच्या आवाजामुळे मला जाग आली. मी उठून त्यांच्याकडे एकटक बघत बसले. साधं हसले नाही की बोलले नाही. मी कुणाशीही नीट बोलत नव्हते. काही जणांना माझ्या आत्महत्येच्या प्रयत्नाबद्दल माहीत होतं. अम्मीला वाटलं की कुणी आलं-गेलं, बोललं तर माझं जरा मन रमेल, वाईट विचार बाजूला पडतील. आलेल्या बायका माझ्याशी बोलण्याचा प्रयत्न करू लागल्या. "रेश्मा बेटा कशी आहेस?" मावशीनं विचारलं. मी काहीच उत्तर दिलं नाही. भिंतीकडे बघत बसले. "बिचारी थकली असेल."

माझी नजर बघून दुसरी एकजण म्हणाली, "बघा तरी, किती शूर मुलगी आहे! इतकं कसं गं तू शूरपणे सहन केलंस?" तिनं येऊन माझ्या केस नसलेल्या डोक्यावरून हात फिरवला. मला ते अजिबात आवडलं नाही. मनात दाबून ठेवलेला राग पुन्हा उफाळून आला. मी दातओठ खाऊ लागले मला हे आंगतुक पाहुणे नको होते.

"ती खरंच खूप शूर आहे. छोटीशी वाघीणच!" अम्मीनं त्या बाईला हसून दुजारा दिला.

त्या क्षणी माझा संयम सुटला. एकतर माझं चित्त थाऱ्यावर नव्हतं. मला जर कधी एकटं बसावसं वाटलं तरी आजूबाजूला माणसांचा गराडा असायचा. मी समोर नाहीच आहे अशा पद्धतीनं हे सगळे लोक माझ्या हल्ल्याबद्दल, जखमांबद्दल बोलायचे. त्यांच्या बोलण्यामुळे मला

त्याच त्याच नको असलेल्या आठवणी पुन्हा जगाव्या लागत. मला होत असलेल्या त्रासाबद्दल एक टक्काही माहीत नसताना त्यावर चर्चा चालायची. माझ्या भावनांना गृहीत धरलं जायचं, याचा तर मला सगळ्यात जास्त राग यायचा. 'सब ठीक हो जायेगा' काहीजण म्हणायचे. त्यातल्या कित्येक जणांशी मी कधी बोललेही नव्हते तरी ही ते माझ्या इतक्या मोठ्या दुःखावर मत मांडायचे. "बिचारी, आता कोण हिच्याशी लग्न करणार?" मला त्या बायकांच्या जिभा हासडून हातात द्याव्या असं वाटायचं. अर्थात मी घाबरले होते! मला मरेपर्यंत या नरकयातना भोगाव्या लागतील म्हणून घाबरले होते! मला भीती वाटत होती की हे दुखणं कधीच कमी होणार नाही. त्यांना माझ्या परिस्थितीबद्दल काय माहीत होतं? कशाला उगीच त्या चर्चा करत होत्या? माझ्यावर हल्ला होईपर्यंत त्यांना ॲसिड म्हणजे काय हेसुद्धा माहीत नव्हतं.

माझा धीर सुटला. मी चेहरा लपवून हुंदके द्यायला लागले. सगळ्यांच्या नजर माझ्याकडे वळल्या. "तुम्ही सगळे गप्प बसा, तुमच्यामुळेच माझं हे असं झालंय. गुलशनचं लग्न तुम्ही ठरवलं! सौफी झाल्यावर ती इकडे आली होती. तिचा नवरा तिला पैशासाठी त्रास देतो हे माहीत असूनसुद्धा तुम्ही तिला परत त्याच्याकडे पाठवलंत. तुम्ही आणि तुमचा समाज माझ्या परिस्थितीला कारणीभूत आहे. तुमच्यासारख्या लोकांमुळे मुलीचा जन्म म्हणजे एक शाप झाला आहे तुमची हिंमत कशी होते इथं बसून किती वाईट झालं म्हणायची? कुठल्या तोंडानं सगळं ठीक होईल म्हणता? काहीही ठीक होणार नाहीये. कळलं तुम्हाला? कुणी नकोय मला! निघा तुम्ही!" माझी बडबड ऐकून अम्मी हादरली.

"माफ करा, तिची मन:स्थिती ठीक नाहीये. इतक्या मोठ्या धक्क्यानंतर असं होणं साहजिकच आहे," ती म्हणाली. एका बाईनं मला पाणी आणून दिलं. मी घेतलं नाही. माझ्या खांद्यावर थोपटून ती दूर झाली. तोंडानं पिच पिच करत, सहानुभूती दाखवत पुन्हा सगळ्या बायका माझं वागणं कसं बरोबर आहे याची चर्चा करण्यात मग्न झाल्या. मी शांतपणे डोळे पुसले आणि पुन्हा झोपून गेले.

पुढं बोलून तरी काय उपयोग होता? माझं म्हणणं त्यांच्यापर्यंत

पोचलंच नव्हतं.

　　त्यांनी मी तिथं नसल्याप्रमाणे पुन्हा बोलायला सुरुवात केली.
जणू मी सर्वांसाठी अदृश्य झाले होते.

निराश – पण वेडी नाही

मी जगण्यापुरता श्वास घेत होते. स्वतःचा चेहरा पाहिल्यापासून मी जास्तच गप्प गप्प झाले होते. अम्मीनं जबरदस्ती केल्याशिवाय मी खातही नव्हते. गुलशननं घशात ओतल्याशिवाय पाणी घेत नव्हते. मी दिवसभर झोपायचे आणि उठून बसले की शून्यात बघत बसायचे. तोंडातून शब्द फुटायचं बंद झालं होतं. मला नैराश्य आलंय हे माझ्या घरातल्यांना कळून चुकलं होतं.

एजाजला माझ्यावरील पुढच्या उपचारांची काळजी होती. आमच्या एका खोलीच्या घरात चोरून गोष्टी ऐकणं फारसं कठीण नव्हतं. एक दिवस मी माझ्या दोन्ही भावांना बोलताना ऐकलं. माझ्यावर अजून बरीच ऑपरेशन्स करावी लागणार होती आणि त्यासाठी पैशांची जुळणी कशी करायची हे त्यांना समजत नव्हतं. अब्बांना आधीच खूप भार पडत होता. दोघांनाही आता नोकऱ्या लागल्या होत्या आणि अब्बांना कशी मदत करता येईल यावर त्यांची चर्चा सुरू होती. रियाज अजूनही टॅक्सी व्यवसायात होता आणि एजाजला एका कंपनीत नोकरी लागली होती. माझ्या उपचारांसाठी म्हणून त्यानं नुकतीच नोकरी बदलली होती. नव्या नोकरीत पाच हजार रुपये जास्त पगार होता. कर्ज मागण्याचा मार्ग बंद झाला होता, कारण आमच्या परिचितांची आर्थिक परिस्थिती यथातथाच होती आणि अब्बा आधीच मित्र आणि नातेवाइकांचं लाखो रुपये देणं लागत होते.

आमच्या नात्यातल्या एका अतिशय जवळच्या बाईला या दोघांनी आर्थिक मदत मागितली. ती सगळ्यांची लाडकी होती. मी तिचं नाव घेणार नाही, कारण जो अनुभव आला तो अनपेक्षित होता. जेव्हा

तिनं आमच्या मदतीसाठी तिच्या नवऱ्याकडे शब्द टाकला तेव्हा तो एकदम चिडलाच. "त्या लोकांना नीती-अनीतीची चाड नाही, त्यांच्याशी अजिबात संबंध ठेवायचे नाहीत." असं त्यानं तिला बजावलं.

शहाण्या माणसाला हे वागणं विचित्र वाटेल. पण त्याच्या दृष्टीनं जमालुद्दीनच्या वेडेपणामागं काहीतरी योग्य कारण होतं. मीच काहीतरी केलं असेल म्हणून जमालुद्दीन तसं वागला असं त्याचं मत होतं. "आजकालच्या मुली 'चालू' असतात. गुलशन आपल्या नवऱ्याची साथ का देत नाहीये? त्या सगळ्यांची डोकी फिरली आहेत. त्याला नक्की तिच्याबद्दल काहीतरी कळलं असणार की जे आपल्याला ठाऊक नाही." त्याच्या मते चूक माझी होती, कदाचित माझं कुणाशी तरी प्रेमप्रकरण होतं. त्यामुळे आमच्या इज्जतीला धोका निर्माण झाला होता आणि जमालुद्दीन फक्त आमच्या कुटुंबाची इज्जत वाचवण्याचा प्रयत्न करीत होता. हे ऐकून मी चिडून डोळे बंद करून बसले. मला इतका धक्का बसला की मी माझं दुःखच विसरून गेले. माझ्या सहनशक्तीचा अंत झाला होता. मी बधिर झाले होते.

मला माझ्यावर हल्ला का झाला हेच आजवर कळलं नाहीये. मी शाळेत जात होते, माझ्या मर्जीनं हिजाब वापरत होते आणि माझ्या आयुष्यात कुणी मुलगासुद्धा नव्हता. कार्यक्रमात वगैरे औपचारिक बोलण्यापलीकडे मी जमालुद्दीन किंवा त्याच्या घरच्यांशी बोललेसुद्धा नव्हते. मला वाटतं - मी आमच्या घरात सगळ्यात लहान होते आणि बदला घेण्यासाठी अतिशय योग्य व्यक्ती होते. एका बाईची किंमत जगात बऱ्याच ठिकाणी तिच्या दिसण्यावर, तिच्या चांगली बायको आणि आई होण्याच्या इच्छाशक्तीवर ठरते. मला जिवंतपणी जाळून माझ्या घरच्यांचा, जास्त करून गुलशनचा अपमान करता आला असं जमालुद्दीनला वाटलं असणार.

माझ्या समाजातील स्थानालाच धक्का लावल्याचं त्याला समाधान असणार, आम्ही आता कुठेही गेलो तरी लोक आम्हाला बघून तोंड फिरवतील. मला वाईट ठरवतील किंवा म्हणतील की हिचीच काहीतरी चूक असेल. आता हिचं लग्न कसं होणार? मनात काय काय विचार येत होते. मी घरी येऊन दोन आठवडे होतात न होतात तोवर लोक माझ्या चारित्र्यावर संशय घ्यायला लागले होते. मी नक्की काय केलं

असेल की ज्यामुळे माझ्यावर इतका भयंकर हल्ला झाला असेल याचा अंदाज बांधत होते. एका अर्थी ते क्रूरतेचं मोजमाप करीत होते. आणि त्याच वेळी कुणीही कारणाशिवाय इतका अमानुष हल्ला करणार नाही, असं म्हणून मला हिणवत होते.

ज्यानं भोगलंय त्यालाच आरोपीच्या पिंजऱ्यात उभं करण्याचा हा प्रकार होता. हे असले आरोप ऐकल्यानंतर मी सगळाच त्रास संपवून टाकायचा असं ठरवलं. मी मेल्यावर कुणाला किती वाईट वाटेल याची मला पर्वा वाटेनाशी झाली. लोक मला बघून तोंड फिरवतील या कल्पनेनंच मला वाईट वाटायला लागलं. मागच्या दोन महिन्यात माझी मानसिक स्थिती ढासळली होती. मी मेल्यावर माझ्या घरचे काही दिवस रडले असते, दुःखात बुडाले असते, पण नंतर त्यांना फायदाच झाला असता. मला जगण्यात काही अर्थ वाटत नव्हता आणि असलाच तरी माझ्यात आता सहन करण्याचं त्राण उरलं नव्हतं. कशासाठी जगायचं हाच प्रश्न होता. १० ऑगस्ट २०१४ ला मी स्वतःला संपवायचा निर्णय घेतला. मी माझ्याच खुनाची योजना आखणार होते. आपल्या देशात आत्महत्या हा गुन्हा आहे, त्यामुळे माझा प्रयत्न फसला तर मला अटकसुद्धा होऊ शकली असती.

सुरा प्रकरणानंतर एजाजनं तुरुंग आणि तिथल्या भीषण परिस्थितीचं तपशीलवार वर्णन केलं होतं. सहसा आत्महत्येचे प्रयत्न यशस्वी होत नाहीत हेसुद्धा सांगितलं होतं. जे उंचावरून उड्या मारतात ते बऱ्याचदा हात-पाय मोडून पांगळे होतात. जे स्वतःला जाळून घ्यायचा प्रयत्न करतात त्यांना वर्षानुवर्षे ऑपरेशन्स करत बसावं लागतं. जे झोपेत गोळ्या खाऊन मरायचा प्रयत्न करतात त्यांना बरेच आजार होतात आणि एकेक अवयव निकामी होऊन हळूहळू मरण येतं. मला आत्महत्येच्या विचारांपासून लांब ठेवण्यासाठीच एजाज मला हे सगळं सांगत होता. मला अजूनही शारीरिक वेदनांची भीती वाटते हे त्याला ठाऊक होतं. प्रत्यक्ष मरणापेक्षा मला वेदनांची जास्त भीती वाटायची. पण लोकांची माझ्याबद्दलची मतं ऐकून माझा सगळ्यावरचा विश्वास उडाला होता. मला शांतता हवी होती आणि मरण हा शांतता मिळवण्याचा एकमेव मार्ग माझ्या डोळ्यांसमोर होता.

दिवसभर मी कशा प्रकारे मरता येईल याचा विचार करायचे.

घरात सुऱ्या, चाकू सगळं लपवून ठेवलं होतं. उडी मारण्याइतपत उंच जागा जवळपास नव्हती. बंदूक किंवा झोपेच्या गोळ्यासुद्धा नव्हत्या. एकच पर्याय होता – गळफास. मी इतकी हताश झाले होते की प्रसंगी हातपाय मोडून घ्यायचीही माझी तयारी होती. सगळा विचार करून १० ऑगस्ट २०१४ला मी आत्महत्या करायचं ठरवलं. मी एक मजबूत कॉटनची ओढणी कुणाचं लक्ष नसताना उशीखाली लपवून ठेवली. शिफॉनची वगैरे कामाची नव्हती. मध्येच ओढणी फाटलीबिटली तर सगळंच बारगळलं असतं. मी दिवसभर मरण्याचाच विचार करत होते. माझ्या डोक्यात काय चाललंय हे कुणाच्याही लक्षात येत नव्हतं.

रात्री माझं जेवण झाल्यावर मी तासभर झोपेचं सोंग घेऊन पडून राहिले. सगळे जण झोपल्याची खात्री झाल्यावर मी चुपचाप कॉटवर उभी राहिले आणि पंख्यापर्यंत हात पोचतोय का ते पाहिलं. खोलीत अंधार होता. मी जराही आवाज न होऊ देता ओढणी पंख्यावर लटकवण्याचा प्रयत्न करत होते. माझा तोल गेल्यामुळे कॉटचा आवाज झाला. मला लाइटचा छोटासा झोत दिसला.

कॉटच्या आवाजामुळे एजाजला जाग आली होती आणि त्यानं त्याच्या मोबाइलमधला टॉर्च लावला होता. मला हातात ओढणी घेऊन कॉटवर उभी पाहताच त्यानं आरडाओरडा करायला सुरुवात केली. या गोंधळात सगळे उठून बसले. मोठा लाइट लावला. गुलशननं धावत येऊन माझ्या हातातून ओढणी काढून घेतली.

"रेश्मा, तुला आम्ही इतके नकोसे झालोय? आम्ही तुझ्याशिवाय कसं जगायचं? जे घडलं त्यासाठी खरंच आम्ही तुझी माफी मागतो. पण हे असलं काहीतरी करू नकोस," रियाज मला खाली उतरवत म्हणाला.

सगळ्यांच्या डोळ्यात पाणी आलं. "एजाजला जाग आली नसती तर? आम्ही उठल्यानंतर तुला..." अम्मी रडतच होती.

'मला मरावंसं वाटतंय. मला मरू द्या! मला का जबरदस्ती जगायला भाग पाडताय?' मी त्यांचं दुःख समजून घ्यायच्या मनःस्थितीत नव्हते.

"रेश्मा, पुढे नक्की काहीतरी चांगलं घडेल. विश्वास ठेव, खरंच घडेल. आता या क्षणी धीर सोडू नकोस. तूच निराश झालीस तर

आम्ही कसे आनंदात राहू? तूच आमचं जग आहेस,'' एजाज कळकळीनं सांगत होता.

पुढचा एक तास सगळ्यांनी मला समजावलं. अब्बा म्हणाले की तुला अजून तुझी स्वप्नं पूर्ण करायची आहेत. पुन्हा शाळेत जायचंय, पुढे शिकायचंय आणि शिक्षिका व्हायचंय. एजाजनं मला माझ्या आवडीच्या गोष्टींची आठवण करून दिली. सामोसे आणि बिस्किटं, ताजमहाल हॉटेलच्या बाहेर बोटीच्या भोवती उडणारे पक्षी, सिनेमे! एक दिवस तू तुझ्या आवडीच्या हिरोला नक्की भेटशील बघ, तो समजावत होता. शेवटी मी या सगळ्या शिकवणीला कंटाळून झोपेला जवळ केलं.

पण माझ्या घरचे एक मिनिटही झोपले नाहीत. त्या रात्री आणि नंतर महिनाभर रोज रात्री लाइट बंद झाले नाहीत. रेश्माला एक मिनिटसुद्धा एकटं सोडायचं नाही असा एकमतानं निर्णय घेण्यात आला.

कुणी ना कुणी चोवीस तास माझ्यावर लक्ष ठेवून असायचं. रात्री आळीपाळीनं जागून माझ्यावर पाळत ठेवायचे. रात्री १२ पर्यंत अम्मी जागायची. रात्री १२ ते ३ पर्यंत एजाज, आणि पुढे पहाटे ६ पर्यंत रियाज जागायचा. तिथून पुढे दुपारपर्यंत गुलशन लक्ष ठेवून असायची. काहीही झालं तरी मला नजरेआड होऊ द्यायचं नाही. मी काही माझ्या जिवाचं बरंवाईट करू शकेन अशी वेळच येऊ द्यायची नाही असं त्यांनी ठरवलं होतं.

एजाजला माझ्या नैराश्याचीसुद्धा खूप काळजी वाटत होती. त्यानं थोडा अभ्यास केला आणि मला 'पोस्ट ट्रॉमेटिक स्ट्रेस डिसऑर्डर' आहे हे ओळखलं. त्यावर देखील उपचार होणं गरजेचं होतं. मला केरळच्या एका मानसिक उपचार करणाऱ्या प्रसिद्ध दवाखान्यात नेण्याविषयी तो अम्मी-अब्बांशी बोलला. त्यांनाही माझ्या मानसिक ताणाची काळजी वाटत होती त्यामुळं ते तयार झाले. त्या काळ्या दिवसानंतर मी बोलणं जवळजवळ बंद केलं होतं आणि जर बोललेच तर फक्त राग, अविश्वास किंवा मरण्याची भाषा हेच विषय त्यांच्या कानावर पडायचे.

सप्टेंबर २०१४ च्या सुरुवातीला चाचा, एजाज आणि मी ट्रेनने

केरळला गेलो. एजाजनं एका लॉजवर छोटीशी खोली घेतली. मला नाश्तासुद्धा नको होता. त्यांचं खाणं झाल्यावर आम्ही हॉस्पिटलला गेलो. आत शिरताच मी भीतीनं थरथरायला लागले. आजूबाजूला सगळे विचित्र लोक होते. बायका आणि माणसं आपल्याच नादात इकडेतिकडे फिरत होती. काही जण स्वतःच्या केसांशी खेळत होते. काही जण घरच्यांच्या आठवणीत रडत होते. अनेक जण उगीच टाळ्या वाजवत होते. ते सगळे वेडे वाटत होते. तिथे काम करणारे लोक एका बाईला जबरदस्तीनं तिच्या खोलीत नेत होते. ती जोरजोरात किंचाळत होती. तिथलं वातावरण एकदम भेसूर होतं. मला काही वेड लागलेलं नव्हतं. मग मला का आणलंय इथं? मला प्रश्न पडला होता.

मी पहिल्यांदाच वेड्यांच्या हॉस्पिटलमध्ये आले होते. आपल्या देशात मानसिक आजार झालेल्यांना अजूनही वेडं, विकृत समजलं जातं. घरच्या गरीब परिस्थितीमुळे आणि अशिक्षितपणामुळे यांच्यावर करणी झालीये किंवा बाधा झालीये असं समजतात आणि अशा जागी आणून टाकतात.

लहानपणी काही वेडंवाकडं वागलं तर वेड्यांच्या हॉस्पिटलमध्ये सोडून येऊ अशी आम्हाला धमकी मिळत असे. ते हॉस्पिटल म्हणजे मूर्तिमंत नरक वाटत होता आणि माझा भाऊ मला स्वतःहून अशा जागी घेऊन आला होता. मला प्रचंड भीती वाटत होती. वाईट विचारांनी डोक्यात थैमान घातलं होतं. जर मी नेहमीसारखी एजाजशी बोलले तर तो मला नॉर्मल समजेल या आशेनं मी विचारलं, "आपण इथे का आलोय?" मी अजूनही माणसात आहे. मला फक्त निराश वाटतंय, वेड लागलेलं नाही, हे मला त्याला पटवून द्यायचं होतं.

"आपण इथे एका अत्यंत चांगल्या डॉक्टरांना भेटायला आलोय, एजाज म्हणाला. आम्ही नंबर लावून वाट बघत बसलो. अवतीभवतीच्या लोकांकडे बघायचीसुद्धा माझ्यात हिंमत नव्हती. मी मान खाली घालून बसले होते. लोकांच्या किंचाळण्याचे आवाज सगळीकडे घुमत होते. आमची वेळ येताच आम्ही डॉक्टरांच्या ऑफिसात शिरलो. डॉक्टरांनी मला त्यांच्या शेजारी बसवून घेतलं. एज़ाज आणि चाचा समोर बसले. "बोल बेटा, काय झालयं?" मी काहीच उत्तर दिलं नाही.

माझी फाइल त्यांच्या समोर पडली होती. ती उघडून वाचली तर कळेल ना काय झालंय ते!

एजाजनं सांगायला सुरुवात करताच त्याला थांबवून ते म्हणाले, "मला तिच्या तोंडून ऐकायला आवडेल." माझ्या इच्छेची दखल न घेणारा अजून एक माणूस! मला रागच आला त्याचा! "तिच्या वागण्याबोलण्यात काय फरक दिसतोय?" डॉक्टरांनी एजाजला विचारलं. "ती दिवसभर शून्यात बघत बसते," तो म्हणाला. मग एजाजनं माझ्या वागण्याबद्दल, न जेवण्याबद्दल, आत्महत्येच्या प्रयत्नांबद्दल, चुपचाप राहण्याबद्दल सविस्तर माहिती दिली.

'माझ्यावर अशी वेळ आली असताना मी काय करावं अशी यांची अपेक्षा होती?' मी मनात म्हणाले. जवळजवळ अर्धा तास एजाजशी चर्चा झाल्यावर माझ्याशी पुन्हा एकही शब्द न बोलता डॉक्टरांनी निर्णय दिला, तिला इथं ॲडमिट करावं लागेल. हे ऐकताच मी घाबरून ओरडले, "नाही! मी वेडी नाहीये! मी नाही राहणार असल्या पागल लोकांबरोबर." तिथल्या लोकांबद्दल मी तसं म्हणायला नको होतं. पण माझं डोकं ताळ्यावर नव्हतं.

चाचांनी माझ्याकडे पाहिलं आणि म्हणाले, "चल, आपण बाहेर जाऊन बोलू बेटा." आम्ही दोघं त्यांच्यामागे बाहेर पडलो. "हे बघ एजाज, आपण तिला कुठल्याही परिस्थितीत इथं ठेवू शकत नाही! एकतर ही जागा घरापासून इतक्या लांब आहे आणि आणि सध्या रेशमाला बाकी कोणत्याही गोष्टीपेक्षा घरच्या माणसांची जास्त गरज आहे. असल्या जागांचा भरवसा नाही. काय माहीत काय करतील. ते शॉक वगैरे देतात. माहिती आहे ना तुला? रेशमाला शॉकबिक दिला तर?" चाचा एजाजला समजावत होते. मला रडू कोसळलं. मी एजाजला विनवू लागले, "भाई, प्लीज मला इथं ठेवू नकोस. मी पुन्हा आत्महत्येचा प्रयत्न करणार नाही. मी वचन देते. मी वेडी नाहीये, फक्त निराश आणि दुःखी आहे. मला इथं मरायला सोडू नका." माझी मानसिक स्थिती सुधारायला इथं ठेवायचं की जिवाला घोर नको म्हणून परत न्यायचं या कात्रीत एजाज अडकला. शेवटी चाचांच्या म्हणण्याला मान देऊन एजाजनं माझ्या बाजूनं निर्णय दिला.

आपल्या देशात मानसिक आजारावरच्या उपचारपद्धती अजूनही

मागासलेल्या आहेत. वेड्यांच्या हॉस्पिटलमधल्या भयानक गोष्टी बऱ्याचदा कानांवर पडत असतात. पेशंटना मारझोड, विजेचे झटके, बलात्कार, खोलीत डांबून ठेवणं असले प्रकार सर्रास चालतात. मी इतक्या लहान वयात आधीच इतकं भोगलं होतं की अजून एखाद्या धक्क्यानं मी पार कोलमडले असते. दोघांमध्ये बराच वेळ चर्चा झाली. आणि मला परत न्यायचं ठरलं. आम्ही डॉक्टरांना निर्णय सांगितला. त्यांचं मत अजूनही अॅडमिट व्हावं असंच होतं. पण एजाज आणि चाचांच्या मर्जीपुढं त्यांना काही म्हणता आलं नाही. त्यांनी काही गोळ्या लिहून दिल्या आणि मुंबईच्या मानसोपचारतज्ज्ञांबरोबर नियमित पाठपुरावा करण्यास सांगितला.

मी महिनाभर या गोळ्या घेत होते. त्यांचाच काय तो मला आधार होता. मी दिवस दिवस झोपून काढायचे. फक्त जेवायला, अंघोळीला आणि डॉक्टरांना भेटायला जाण्यापुरती उठायचे. पूर्ण सप्टेंबर महिना एजाज माझ्या नैराश्यावर उपाय शोधत होता. माझ्यावर अजून डझनभर ऑपरेशन्स होणार होती. पण त्या तारखा नक्की करण्यासाठी मी मानसिकरीत्या तयार आहे की नाही, हे बघणं त्याच्या दृष्टीनं महत्त्वाचं होतं. प्रत्येक आठवड्यात तो मला एका थेरपिस्टकडे न्यायचा. पण मी तिथं अवाक्षरही बोलत नव्हते. पूर्ण वेळ शांतपणे बसून राहायचे. १६ सप्टेंबर २०१४ला माझ्या थेरपिस्टनं पुढच्या ऑपरेशनसाठी मी तयार असल्याचं प्रमाणपत्र दिलं. त्यात लिहिलं होतं– काही महिन्यांपूर्वी पेशंटच्या चेहऱ्यावर अॅसिड टाकण्यात आलं होतं. तिला नीट झोप लागत नाही. थकवा येतो. उदास वाटतं. चित्त एकाग्र होत नाही. अॅन्टीडिप्रेसंट गोळ्या सुरू ठेवणे. पण ऑपरेशन करण्यात अडचण येईल असा कुठलाही मानसिक पातळीवरचा दोष नाही. ही डॉक्टर माझ्यासाठी देवदूत होती. माझं वागणं अगदी नॉर्मल आहे असं वाटणारी ती पहिलीच व्यक्ती होती. माझ्यात काहीतरी विचित्र बदल झालेत असं माझ्या घरच्यांना वाटत होतं. पण मी ज्या परिस्थितीतून जात होते, त्या मानानं माझं वागणं अगदी नॉर्मल होतं.

त्यांना पूर्वीसारखी रेश्मा हवी होती. पण जे मी भोगलं ते पूर्वीच्या रेश्मानं कुठे भोगलं होतं. इतके भयानक अनुभव आले तर माणूस बदलतो. माझ्यात वेडेपणाची लक्षणं दिसायला नकोत म्हणून घरच्यांसमोर

मी स्वतःबद्दल जास्तच जागरूक राहायला लागले. मी माझे खांदे ताठ ठेवून बसायचे. माझे हात कुठे आहेत, मी कशी बसलीये, हळूहळू खातेय की जास्तच भरभर होतंय, माझा श्वास जास्त जोरात किंवा हळू तर नाही ना... मी बोलायचासुद्धा प्रयत्न करायचे. पण वाक्याची जुळवाजुळव करून आणि धीर गोळा करून बोलेपर्यंत वेळ निघून जायची. विषय बदलेला असायचा.

मला समजून घेणारी पहिली व्यक्ती म्हणजे माझी थेरपिस्ट! तिच्याबरोबर शांत बसणंसुद्धा आश्वासक वाटायचं. तिच्यासमोर मी जशी आहे तशी वागू शकत होते. मी सोफ्यावर खाली मान घालून बसू शकत होते. तहान लागली नसेल तर तिनं दिलेल्या पाण्याला नको म्हणू शकत होते. मी जर माझ्या घरच्यांसमोर कशाला नाही म्हटलं तर ते माझ्या मनःस्थितीवर खापर फोडून मला आनंदात राहायचा प्रयत्न कर वगैरे उपदेश द्यायला लागायचे. एकदोनदा मी त्या डॉक्टरला मला होणाऱ्या वेदनांबद्दल सांगितलं. उत्तरादाखल तिनं फक्त मान हलवली. उगीच सगळं नीट होईल वगैरे म्हणाली नाही. तिच्या या वागण्यासाठी मी तिची ऋणी आहे.

माझ्या ऑपरेशन्सचा मार्ग खुला झाल्यामुळं एजाजपुढे आता नव्या संकटांचा डोंगर उभा राहिला. माझ्या नाकाचा आकार नीट करायला, ओठांना हनुवटीपासून वेगळं करायला, नीट आकार द्यायला, डावा डोळा आजूबाजूच्या त्वचेपासून मोकळा करायला, चेहऱ्याचा आकार सुधारायला, अनेक ऑपरेशन्सची गरज होती. आमच्याकडे एकही पैसा नव्हता आणि कर्ज घेणं अशक्य होतं. एजाज प्रत्येक सामाजिक संस्थेचं दार ठोठावत होता. याच दरम्यान त्याला विवेक शुक्लांचं नाव समजलं. ते गरजू लोकांची आणि मदत करू इच्छिणाऱ्या लोकांची गाठ घालून देतात असं कळलं. भारतात मदत मिळायला खूप वेळ लागतो. कुठे चौकशी करायची साधन अपुरी असल्यामुळे हेच शोधण्यात वेळ जातो.

ऑक्टोबर २०१४ रोजी एजाजनं विवेक शुक्लांना ई-मेल लिहिलं,

नमस्कार शुक्ला साहेब, मी रेश्मा कुरेशीचा भाऊ, एजाज. तिच्यावर १९ मे २०१४ रोजी मऊआइमा येथे ॲसिड हल्ला

झाला. मी तिचे हल्ल्याआधीचे आणि नंतरचे फोटो पाठवत आहे. आम्हाला मदतीची गरज आहे. तिच्या उपचारासाठी आम्ही सध्या मुंबईत आहोत. कृपया आम्हाला मदत करा.

धन्यवाद,

एजाज

या पत्राबरोबर माझे फोटो, पेपरातल्या बातम्यांची कात्रणं पाठवली, त्यापैकी एका लेखाचा मथळा होता – 'यापेक्षा त्यानं मला मारून का टाकलं नाही.' या ई-मेलमुळे आमचं आयुष्यच बदलून जाणार आहे, याची तेव्हा आम्हाला पुसटशीसुद्धा कल्पना नव्हती.

मेक लव्ह, नॉट स्कार्स

इथं मी हल्ल्याच्या अमानुष परिणामांशी झगडत होते आणि एका दूरच्या देशात एकवीस वर्षांची एक मुलगी 'लीड्स आर्ट्स युनिव्हर्सिटी'मध्ये फॅशनचा अभ्यास करत होती. घरात बसल्याबसल्या इंटरनेटवर काहीतरी वाचताना तिची नजर ॲसिड हल्ल्यातून वाचलेल्या एका मुलीच्या फोटोवर पडली. फॅशनच्या जगात तिला काहीतरी नवीन विचारानं काम करायचं होतं. ती तिचा उद्देश शोधत होती. पण तसं काही न सापडल्यामुळं २०१४ च्या उन्हाळ्यात ती भारतात परतली. ॲसिड हल्ल्यातून वाचलेल्या मुलींवर एखादा माहितीपट करण्याचा तिचा बेत होता. जेव्हा तिच्या समोर या लोकांच्या संघर्षाचा खरा चेहरा आला तेव्हा तिनं अशा मुलींचं नुसतं पुनर्वसन करण्यापेक्षा एक स्वतंत्र संस्था स्थापन करण्याचा निर्णय घेतला. (नंतर 'मेक लव्ह, नॉट स्कार्स' या तिनं दिल्लीत सुरू केलेल्या संस्थेच्या कामासाठी तिला युनिव्हर्सिटीनं मानद पदवी देऊ केली.)

२ ऑक्टोबर २०१४ ला विवेक शुक्लांनी एजाजकडून आलेला ई-मेल या मुलीला म्हणजेच रिया शर्माला पाठवला. ती त्यादरम्यान तिच्या सामाजिक संस्थेच्या रजिस्ट्रेशनसाठी कागदपत्रांची जुळवाजुळव करत होती. 'मेक लव्ह, नॉट स्कार्स' पुढे इतकी मोठी होणार आहे याची तेव्हा तिला कल्पना नव्हती; पण अशा केसेसमधल्या मुलींना शक्य तितकी मदत करण्याचा तिचा मानस होता. एजाज आणि तिचा संपर्क होण्याआधी तिनं फक्त दोन-तीन केसेसवर काम केलं होतं हेही आम्हाला माहीत नव्हतं. माझ्यावर नुकताच ॲसिड हल्ला झाला होता त्यामुळे माझ्यासाठी बऱ्याच गोष्टी नवीन होत्या. आणि अशा हल्ल्यानंतर

काय काय अडचणी येतात हे रियालाही नुकतंच समजायला लागलं होतं. मला ऑपरेशन्सची तातडीने गरज होती. रियानं त्याच्यासाठी काम सुरू केलं. तिनं एजाजला ३ ऑक्टोबरला फोन केला. ही रिया कोण? किती वर्षं झाली ती असं काम करतेय? हे काहीही आम्हाला ठाऊक नव्हतं. पण ती मदतीसाठी पुढे आली, हेच आमच्यासाठी पुरेसं होतं. तिच्या आधीच्या केसमध्ये तिनं ज्या मुलीला मदत केली होती. तिचे उपचार करणाऱ्या डॉक्टरांना आपण 'डॉ. जैन' म्हणू या. तिनं डॉ. जैन सरांची ८ ऑक्टोबरची वेळ मागून घेतली. तिनं एजाजला पैशांबद्दल काळजी न करण्याबद्दल सांगितलं. आम्हाला फक्त त्यांच्या दवाखान्यात वेळेत पोहोचायचं होतं. बाकीचं सगळं ती बघून घेणार होती.

डॉ. जैन नावाजलेले सर्जन होते. त्यांना काही मानाचे पुरस्कारसुद्धा मिळाले होते. त्याच दिवशी माझ्या ऑपरेशन्ससाठी निधी गोळा करायला रियानं काही दानशूर व्यक्तींना पत्रं लिहिली. शिवाय इंडीगोगो या अमेरिकेच्या सॅन फ्रान्सिस्को इथल्या 'क्राउडफंडिंग' करणाऱ्या वेबसाइटवर माझी माहिती टाकून मदतीचं आवाहन केलं. साधारण १ लाख रुपये किंवा २२०० अमेरिकन डॉलर्स उभे करण्याचा प्रयत्न होता. तिला हवी असलेली माहिती एजाज पुरवत होता. माझे हल्ल्याआधीचे आणि नंतरचे फोटो आणि माझी गोष्ट लोकांपर्यंत पोहोचवली गेली. आपल्याकडे त्या काळात अशा सामाजिक संस्था दारोदार जाऊन देणग्या गोळा करत असत किंवा दुकानात देणगीसाठी बॉक्स ठेवत. अगदीच काही नाही तर नुसते फोनवरच जुजबी प्रयत्न करत. पण या 'क्राउडफंडिंग' संकल्पनेमुळे हाताशी पुरेशी साधनं, मनुष्यबळ नसलेल्या, अननुभवी सामाजिक संस्थाना एक नवी दिशा मिळत होती. भारतात अशा प्रकारचं काम करणाऱ्या संस्था फार कमी होत्या. रिया नियमितपणे एजाजला माझ्यासाठी चालवलेल्या मोहिमेच्या प्रगतीबद्दल माहिती देत होती. आम्ही या सगळ्या कामात गुंतलेलो असताना रियाच्या ओळखीतल्या कुणीतरी थेट हॉस्पिटललाच थोडी रक्कम देणगी म्हणून पाठवली. माझं ऑपरेशन कोणत्याही क्षणी ठरणार होतं. डॉक्टर जैन सरांच्या तारखा मिळण्यावर ते अवलंबून होतं. त्यांच्याशी माझी पहिली भेट ८ ऑक्टोबर २०१४ ला, म्हणजे मी १८ वर्षांची होण्याच्या पाच

दिवस आधी झाली.

अम्मी आणि एजाज बरोबर मी त्यांना भेटायला गेले. पण माझ्या मनात भीती होती. इतक्या सगळ्या ऑपरेशन्सचा माझ्या शरीरावर काय परिणाम होईल, सगळ्या वेदना विसरण्याचा प्रयत्न करतानाच पुन्हा नव्या जखमा आणि टाके! ही कल्पनाच अंगावर काटा आणणारी होती. आम्ही त्यांच्या दवाखान्यात जाऊन तिथल्या बाकांवर आमच्या नंबरची वाट पाहत बसलो. मी डोकं मागे टेकून, डोळे बंद करून बसले होते. 'काय झालं बेटा?' अम्मी कुणाला तरी विचारत होती. "ॲसिड हल्ला झालाय," एका मुलीचा आवाज आला.

अम्मी कुणाशी बोलतेय हे बघायला मी डोळे उघडले. अशा वेळी बऱ्याच वेळा मी तशीच डोळे मिटून झोपल्याचं नाटक करते; पण पहिल्यांदाच माझ्यासारखंच कुणीतरी हातभर अंतरावर बसलेलं होतं. त्यामुळे लक्ष जाणं साहजिक होतं.

मागच्या पाच महिन्यात मी एकाही ॲसिड हल्ल्याबद्दल ऐकलं नव्हतं हेही मला अचानक जाणवलं. तिचं बोलणं सुरू व्हायच्या आधीच एक दिवस आमची छान मैत्री होईल असं मला वाटून गेलं. कितीतरी दिवसानंतर मला छान वाटलं. मी डोळे उघडताच कपाळ आणि नाक पट्ट्यांनी झाकलेली एक मुलगी दिसली. तिचं नाक माझ्या हाताच्या मुठीच्या आकाराचं होतं. ती पट्ट्यांशिवाय कशी दिसत असेल या विचारांनीच मी थरथरायला लागले.

तिचं भराभरा बोलणं ऐकून मला आश्चर्यच वाटलं. इथं मी हल्ला झाल्यापासून अनोळखी लोकांसमोर तोंड उघडलं नव्हतं आणि ही मुलगी फटाक्याच्या माळेसारखी बोलत सुटली होती. हसत काय होती, चेष्टामस्करी काय करत होती. अम्मीला माझ्याबद्दल विचारत होती. आणि तिचेही वाईट अनुभव नर्सेसना सांगत होती. फक्त माझ्याशी ती एक शब्दही बोलली नाही. कदाचित मला बोलायची इच्छा नाही हे तिला समजलं असावं. मी शांतपणे तिच्याकडे बघत बसले होते. ती जर माझ्याशी बोलली असती तर मी काय बोलले असते कुणास ठाऊक!

पाच मिनिटांनी नर्स मला बोलवायला आली. रेश्मा आणि लैलाला (तिचं खरं नाव गुलदस्त्यातच राहू देत) डॉक्टरांनी बोलवलंय. म्हणजे

आम्ही एकत्र आत जायचं? मी तिच्या मागे निघाले. तिनं माझ्याकडे हसून बघत समोरचं दार उघडलं. मीही तिच्याकडे पाहून हसले. त्या क्षणी ती मला अगदी जवळची वाटली. किती दिवसानंतर मी एखाद्या अनोळखी व्यक्तीकडे पाहून हसले होते.

डॉक्टर कागदपत्रं चाळत होते. आम्ही शांतपणे उभे होतो. समोर रिकाम्या खुर्च्या असूनसुद्धा त्यांनी आम्हाला बसा म्हटलं नाही. काम आटोपल्यावर त्यांनी मान वर केली. आणि मला म्हणाले, "आलीस तू! ही बघ लैला. हिची जवळजवळ सगळी ऑपरेशन्स मीच केली आहेत. लैला, तुझ्या चेहऱ्यावरच्या पट्ट्या काढ. पुढच्या क्षणी लैलाने पट्ट्या सोडायला सुरुवात केली. मी तिच्याकडे बघणं टाळलं. दुसऱ्यांच्या जखमा पाहणं जरासं विचित्र होतं. क्षणभर वाटलं – तिच्या सारख्याच परिस्थितीमधून जाऊनसुद्धा जर मला लैलाचा चेहरा बघायची भीती वाटतेय, तर बाकी लोकांना माझा चेहरा बघताना किती भीती वाटत असेल? मी डोळ्यांच्या कोपऱ्यातून तिच्याकडे पाहिलं. तिचा चेहरा पाहून माझ्या पोटात खड्डा पडला.

"इकडे ये. ही हल्ला होण्याआधीची लैला आणि ही नंतरची! बघ, तिला नाक नाहीये!" डॉक्टरांनी मला टेबलाजवळ बोलवून घेतलं आणि फोटो दाखवले. मला कसंतरीचं झालं. त्यांनी मला साधं माझं नावसुद्धा विचारलं नाही. माझा खांदा घट्ट धरून लैलाच्या फोटोतल्या जखमा दाखवत होते. ती त्यात फारच भयाण आणि विद्रूप दिसत होती. मला ते फोटो बघवत नव्हते. "मी तिची ४४ ऑपरेशन्स केलीत," ते जवळजवळ ओरडूनच बोलत होते.

मला वाटत होतं की मलाच या सगळ्याचा खूप त्रास होतोय मग लैलानं इतकं सगळं कसं झेललं असेलं? तिचं नाक पूर्णपणे जळलं होतं. नव्यानं तयार केलेलं नाक मोठं वाटत होतं. काही काळानं ते आकसून लहान झालंही असतं पण ओबडधोबडच राहिलं असतं. तिचे दोन्ही कान जळून गेल्यामुळे तिच्या पूर्ण चेहऱ्याचंच त्वचारोपण करावं लागणार होतं. तिच्या उजव्या कानाच्या जागी फक्त एक खड्डा होता.

"कितीतरी महिने तिच्याजवळचा बेड घ्यायला कुणी पेशंट तयार नसे इतकी ती भयानक दिसत होती. दिवसरात्र तिच्या किंकाळ्यांनी वॉर्ड थरारून जायचा. तिला आई नाहीये आणि वडील दिवसभर

कामावर जातात. ती दवाखान्यात एकटीच राहायची. तिला औषधं देतानासुद्धा नर्स वगैरे जवळ जायला बिचकायच्या,'' डॉक्टर सांगत होते. मी तिला नीट पाहून घेतलं. डॉक्टरांचं तिच्या चेहऱ्याकडे बोट दाखवून स्वतःचं कौतुक करणं सुरूच होतं. ती मात्र हसऱ्या चेहऱ्यानं उभी होती.

''ती आता आधीइतकी भयानक दिसत नाही, हो ना रेश्मा? जा, तिच्याशेजारी जाऊन उभी रहा,'' डॉक्टर मला म्हणाले. मला दाखवण्यासाठी मांडलेलं तिचं प्रदर्शन पाहून मला कसंतरी व्हायला लागलं.

मला आतापासूनच या माणसाची भीती वाटत होती. पण नाइलाज होता, माझ्या उपचारांसाठी मी त्याच्यावर अवलंबून होते. प्लॅस्टिक सर्जरी करणाऱ्यांमध्ये त्यांचं नाव मानानं घेतलं जायचं. शिवाय आम्हाला पैशाची काळजी करायची नव्हती. नंतर त्यांनी लैलाला माझ्या जखमांची माहिती दिली. ती निमूटपणे ऐकत होती, मान डोलवत होती. तिला बहुतेक या सगळ्या प्रकाराची सवय झाली होती. मला मात्र त्या संभाषणाचा तिटकारा येत होता. आम्ही दोघी जरी एकाच प्रसंगातून गेलो असलो तरी पूर्णपणे अनोळखी होतो. आमच्या शारीरिक आणि मानसिक स्थितीविषयी त्यांची बिनदिक्कत चर्चा सुरू होती. किती कोडगेपणानं त्यांनी आमच्या परिस्थितीचं प्रदर्शन मांडलं होतं. माझी गोष्ट मी कुणाला सांगावी हा माझा मूलभूत अधिकारच जणू त्यांनी हिरावून घेतला होता. माझा आत्मसन्मान दुखावला होता.

याआधी कितीदा नर्सेसनी माझे कपडे वगैरे काढले होते. कित्येकांनी मला वेडी ठरवलं होतं. अनेकांनी दया दाखवली होती. काही जण तर मला विसरूनही गेले होते. या सगळ्या अपमानांना सामोरं जाताना निदान माझ्या गोष्टीवर माझा अधिकार होता. लैलाला सगळी हकिकत सांगण्याला माझी काहीच हरकत नव्हती. पण ती मला हवी तेव्हा, मला हवी तशी मी सांगितली असती! माझी गोष्ट दुसऱ्या कुणी का सांगावी?

''तुझं ऑपरेशन १४ ऑक्टोबरला होईल. लैलासमोर माझ्या चेहऱ्याचं विश्लेषण करून झाल्यावर डॉक्टर जैन मला म्हणाले. मी चिडून त्यांच्याकडे पाहिलं. स्वतःचं कौतुक करून घेण्यासाठी त्यांनी लैलाला

एखाद्या वस्तूसारखं वापरलं होतं. त्यांनी मला माझ्या तब्येतीविषयी एकही प्रश्न विचारला नाही. आजपर्यंत मला समजलेलं नाही की ते कसलं ऑपरेशन करणार होते. त्याबाबत त्यांनी काही माहिती दिली नाही. मी फक्त मान हलवली आणि बाहेर पडले. पण एकूण सगळा प्रकार बघून मी आतून हादरले होते.

लैलासुद्धा माझ्या पाठोपाठ बाहेर आली.

"कुणी केलं तुझ्याबरोबर असं?" मी या वेळी बोलायचं ठरवलं.

"एका नातेवाइकानं," तिनं सांगितलं.

"माझीसुद्धा तीच कथा," मी म्हणाले.

"हळूहळू सगळं नीट होईल. मलाही आधी खूप निराश वाटायचं. जगण्याची इच्छाच संपून गेली होती. जिथं जाईन तिथं लोकं एकतर डोळे फाडून बघायचे किंवा घाबरून नजर दुसरीकडे फिरवायचे. मला वाटायचं की मी माणूस नसून वेगळीच कुणीतरी आहे. पण आता मी ठरवलंय की लोकांकडे लक्ष द्यायचं नाही. त्यांच्यामुळे स्वतःला त्रास करून घ्यायचा नाही. माझी काही चूक नसताना मी कशाला घाबरू? खरंच सगळं ठीक होईल, रेश्मा! माझ्यावर विश्वास ठेव आपल्यासारख्या अनेकजणी आहेत जगात. काहीजणी नोकऱ्या करत आहेत तर काहींची लग्नं होऊन त्यांना मुलंसुद्धा झाली आहेत. माझंही एक दिवस लग्न होईल आणि मी लाल रंगाचा लांब लेहंगा घालून लग्नाला उभी राहीन. तू आधीसारखी सुंदर दिसणार नाहीस हे खरंय. पण आत्तापेक्षा नक्कीच छान दिसशील तुझ्या मनालाही उभारी येईल. फक्त त्या एका घटनेमुळं आपलं आयुष्य बरबाद करू नकोस," लैला म्हणाली.

लग्नाच्या कल्पनेचं मला एकदम हसूच आलं आणि थोडं हलकंही वाटलं. लैलाच्या आनंदी स्वभावाचा माझ्यावरही परिणाम झाला होता. मी एक नवी आशा घेऊन घरी आले. ज्या क्षणी लैला माझ्या आयुष्यात आली, त्या क्षणी पुढे काहीतरी चांगलं होणार याची मला कल्पना आली. आपल्यासारख्याच ॲसिड हल्ल्यातून वाचलेल्या व्यक्तीकडून उमेद मिळणं हे बाकीच्या लोकांच्या उपदेशापेक्षा फार वेगळं होतं. लैला जर इतकं सगळं भोगूनसुद्धा नव्यानं सुरुवात करू शकते तर मीही एक दिवस नक्की यातून बाहेर येऊ शकेन याची मला जाणीव झाली. इतक्या महिन्यांनंतर मला पुन्हा उभारी वाटू

लागली. माझ्यासारख्याच इतर मुलींना भेटावंसं वाटू लागलं. त्यांना भेटून मला मानसिक बळ मिळालं असतं. आम्ही एकमेकींचे फोन नंबर घेतले.

एजाज आणि अम्मीजवळ गेल्यावर मी तिला हसून निरोप दिला. मी हसतेय यावर एजाजचा विश्वासच बसेना. त्यानं चमकून अम्मीकडं पाहिलं. मी एजाजला १४ ऑक्टोबर ही ऑपरेशनची तारीख ठरल्याचं सांगितलं. एजाजनं नर्सकडून त्याबद्दल माहिती घेतली आणि आम्ही घरी यायला निघालो. मला भूक लागली होती. मी रात्रीच्या जेवणात मला बिर्याणी हवीये असं सांगितलं. हे ऐकून अम्मीच्या चेहऱ्यावर हसू झळकलं आणि तिनं गुलशनला सामान आणायला पिटाळलं. इतक्या दिवसांनंतर पहिल्यांदाच मी स्वतःहून काही खायला मागितलं होतं.

ऑपरेशन्सची मालिका

२० ऑक्टोबरला मला 'बॉम्बे हॉस्पिटल'मध्ये ॲडमिट व्हायचं होतं. एका देणगीदाराने ऑपरेशनचा खर्च आधीच जमा केला होता. आणि लोकांना आवाहन करून जी रक्कम जमा झाली होती ती नंतरच्या उपचारांसाठी वापरण्यात येणार होती. पण आम्हाला पैसे गोळा करण्याची मोहीम ठरलेल्या वेळेआधीच थांबवावी लागली. त्याला कारणही तसंच अभूतपूर्व होतं.

मोहीम सुरू केल्यावर दहा दिवसांच्या आतच आमच्याजवळ आवश्यक रक्कमेच्या ४०७ टक्क्यांहून जास्त रक्कम जमा झाली होती. माझी हकिकत जगाच्या कानाकोपऱ्यात पोहोचली होती आणि लोकांच्या मनाला स्पर्शून गेली होती. रियानं माझ्या उपचारांसाठी जवळपास ९००० डॉलर्सची मदत गोळा केली होती. आता पैशाची काळजी करण्याचं कारण नव्हतं. अब्बा कमाईचे पैसे वाचवून आधीची कर्जं फेडू शकणार होते. लागतील तेव्हा अजून पैसे उभे करता आले असते. जगाच्या कानाकोपऱ्यातून देणगी द्यायची इच्छा असलेले लोक आमच्याशी संपर्क साधत होते. आमची गरज भागली होती, त्यामुळे आम्ही नकार कळवत होतो. ते पैसे दुसऱ्या कोणालातरी उपयोगी पडले असते.

आम्हाला मिळालेल्या प्रतिसादामुळे रिया अतिशय उत्साहात होती. तिनं एजाजला फोन केला. "मला स्वप्नातसुद्धा असा प्रतिसाद येईल असं वाटलं नव्हतं," ती म्हणाली. एजाजनं फोन माझ्याकडे दिला. मी तिचे आभार मानले. नंतर तीच बोलत होती आणि मी ऐकत होते. तिच्या बोलण्यात एक मोकळेपणा होता. उगीच ओढूनताणून औपचारिक

बोलणं नव्हतं. तिनं सांगितलं की, सगळे पैसे थेट हॉस्पिटलच्या खात्यात जमा केले आहेत. त्यामुळे मी लागतील ते उपचार करून घेऊ शकते. एकूण रकमेपैकी दहा टक्के रक्कम खाणं-पिणं, येणं-जाणं अशा किरकोळ खर्चांसाठी घरच्यांकडे पाठवली होती. तिनं इतका बारीकसारीक विचार केला होता हे ऐकूनच मला भरून आलं. त्या काळात आमच्या गरीब परिस्थितीला समजून घेणारे फार थोडे लोक होते. साधं रिक्षाचं भाडं देतानासुद्धा आमचा जीव जळायचा. अशा वेळी तिनं सगळ्या गोष्टींची दखल घेऊन केलेली मदत आमच्यासाठी खूप मोठी होती.

१३ ऑक्टोबर २०१४ला मी अठरा वर्षांची झाले. पुढच्या प्रवासात देखील १३ ऑक्टोबर ही तारीख माझ्या जवळच्या लोकांसाठी महत्त्वाची ठरली. या वर्षी मी तारुण्यात पाऊल टाकणार होते. एक नवीन आयुष्य माझी वाट बघत होतं. अनेक लोक आता माझ्या पाठीशी उभे होते. पैशाची व्यवस्था होणार होती. रिया आणि लैलामुळे ॲसिड हल्ला झालेल्या इतर मुलींबरोबर ओळख झाली होती. हळूहळू मी आनंदात राहायला शिकत होते. नैराश्यावरच्या गोळ्या आठवडाभरापूर्वीच बंद झाल्या होत्या. काही दिवसांनी मी आणि रिया भेटलो तेव्हा कळलं की आमचा वाढदिवस एकाच दिवशी होता. त्या वर्षी मी अठरा, तर ती एकवीस वर्षांची झाली. दोन वर्षांनी माझी आत्मकथा लिहिणाऱ्या तानिया सिंगची भेट झाली. ती आमच्या संस्थेत मदतनीस म्हणून आली होती आणि मग मुख्य कार्यकारी अधिकारी झाली होती. १३ ऑक्टोबर २०१६ला मी तिला सांगितलं की मला विसावं लागलं. तेव्हा ती हसून म्हणाली, माझ्या आईला पण बाळंतपणाची १३ तारीखच दिली होती. पण मलाच घाई झाली आणि मी ११ तारखेलाच जन्मले. पण गंमत म्हणजे, १३ तारखेला माझ्या आईवडिलांच्या लग्नाचा वाढदिवस आहे. आणि तेव्हापासून ऑक्टोबर नेहमीच आम्हा तिघींसाठी खास महिना ठरला आहे. आम्हा तिघींचं एकमेकींशी छान जमतं. आम्ही अगदी घट्ट मैत्रिणी झालो आहोत. २०१४ ला मात्र मी या तारखेबद्दल वगैरे विचार करत नव्हते. दुसऱ्या दिवशी माझं मोठं ऑपरेशन होतं. भूल देण्यासाठी पोट रिकामं असणं गरजेचं असतं. त्यामुळे

काही न खातापिता राहावं लागणार होतं.

१४ तारखेला पहाटे ५ वाजता आम्ही हॉस्पिटलला जायला निघालो. रिया तासातासाला फोन करून आमची चौकशी करत होती. मला एकटं वाटत होतं आणि भीतीही वाटत होती. नक्की कसलं ऑपरेशन आहे तेसुद्धा मला माहीत नव्हतं. सकाळी डॉ. जैन आणि बाकीचे डॉक्टर आले. "तयार आहेस?" त्यांनी विचारलं. मी मान डोलावली. त्या माणसाचं इतकं दडपण यायचं की तयार नसते तरी 'नाही' म्हणायची हिंमत झाली नसती. त्यांच्या समोर सगळे तलवारीच्या धारेवर चालल्यासारखे वागत. ते माझ्या खोलीत शिरताच नर्स वगैरे बोलायच्या बंद झाल्या. बाकीचे डॉक्टरसुद्धा मागे सरकून थांबले.

"आज आपण तुझ्या उजव्या डोळ्यावरची पापणी नीट करणार आहोत. त्यासाठी तुझ्या उजव्या हाताची त्वचा वापरली जाईल. तुझे ओठ आणि तोंड यावर सुद्धा काम होईल," डॉक्टर जैन मधेच जड जड वैद्यकीय शब्द वापरत होते. त्यामुळे बऱ्याच गोष्टी आमच्या डोक्यावरून गेल्या. याआधी माझं फक्त कपाळाचं एक ऑपरेशन झालं होतं. आणि ते झाल्यावर जाग आली तेव्हा मी वेदनेनं विव्हळत होते. तेव्हा माझ्या मांड्यांची त्वचा वापरली होती. तिथली जखम भरायला वेळ लागला, त्यामुळे चालतानासुद्धा प्रचंड त्रास व्हायचा. आता ते पापण्यांवर कसं ऑपरेशन करणार होते? मी पूर्णच आंधळी झाले तर? अर्थातच मी प्रचंड घाबरले होते. मी एजाजला डॉक्टरांना नीट सगळं विचार म्हणून खूण केली. एजाजनं त्यांना अजून सोप्या भाषेत सांगण्याची विनंती केली. "हे बघा, या सगळ्या फालतूपणासाठी माझ्याकडे वेळ नाही. आधी तुमच्यासारखे लोक आपल्या पोरीबाळींची लग्नं फालतू माणसांशी लावून देता आणि असं काही झालं की मग रडत बसता. कधी अक्कल येणार आहे तुम्हाला?" त्यांचं हे उत्तर ऐकून आमचा आमच्या कानांवर विश्वास बसत नव्हता. आमच्या मनाचा विचार न करता हे असलं बोलून ते चालते झाले. त्यांच्याबरोबर आलेल्या डॉक्टर्सपैकी एक जण जाताजाता माझ्याकडे बघून कसनुसं हसली. जणू काही डॉक्टरांच्या वागण्याबद्दल ती माफी मागत होती.

ते जाताच खोलीत एक विचित्र शांतता पसरली. आमच्याबद्दल काहीही माहीत नसताना त्यांनी आमच्यावर ताशेरे ओढले होते. मला

संताप येत होता. आम्ही आमच्या परिस्थितीशी कसं झगडतोय याची त्यांना काही कल्पना तरी होती का? जमालुद्दीनच्या कपटी स्वभावाबद्दल आम्हाला आधी थोडीच कल्पना होती? कुठले आईवडील जाणूनबुजून आपल्या मुलींना अशा घरात देतील? त्यांना जर त्याच्या असल्या स्वभावाबद्दल कल्पना असती तर त्यांनी गुलशनचं लग्न त्याच्याशी लावूनच दिलं नसतं. आम्हा सगळ्यांसाठीच अम्मी-अब्बांनी मोठी स्वप्नं पाहिली होती. गुलशनचा संसार सुखाचा व्हावा अशीच त्यांची इच्छा होती.

अन्याय झालेल्या सगळ्याच बायकांना त्यांनी एकाच रांगेत बसवलं होतं. ते ज्या पद्धतीनं आम्हाला उद्देशून 'तुम्ही लोक' म्हणाले ते ऐकून आम्ही कुणीतरी खालच्या पातळीचे आहोत असं वाटायला लागलं. ते स्वतःला आमच्यापेक्षा वरचढ समजत होते. इतक्या तुटपुंज्या ओळखीवर त्यांना आमच्याबद्दल सगळं ठाऊक झालं होतं. मी जीव द्यायचा प्रयत्न केल्यानंतर माझ्या घरच्यांनी जागून काढलेल्या रात्री माहीत होत्या त्यांना? मला ए.सी.मध्ये झोपता यावं म्हणून माझ्या अब्बांनी आणि घरच्यांनी काय काय केलं याचा काही त्यांना अंदाज होता का? आधीच मी काय काय सहन करत होते. त्यात आता या कोडग्या डॉक्टरशी गाठ पडली होती. शिकलेला माणूस समजूतदार असेलच असं नाही, हा महत्त्वाचा धडा मला त्या दिवशी मिळाला.

"त्यांच्या बोलण्याकडे लक्ष देऊ नका. आपल्यासाठी रेश्मा बरं होणं महत्त्वाचं आहे. उगीच त्यांना प्रश्न विचारून त्रास द्यायला नको. ते मोठे डॉक्टर आहेत. उगीच त्यांचा वेळ वाया गेला म्हणून चिडले असणार. तसंही रेश्माच्या परिस्थितीबद्दल आपल्यापेक्षा त्यांनाच जास्त माहिती आहे," एजाज खिन्नपणे म्हणाला. तो अम्मी- अब्बांना बरं वाटावं म्हणून बोलत होता हे स्पष्ट कळत होतं.

काही वेळात माझं ऑपरेशन पार पडलं. मला अजून चार दिवस हॉस्पिटलमध्ये राहावं लागलं. २१ ऑक्टोबरला पुढचं ऑपरेशन करायचं ठरलं. इतक्या लगेच ठरल्यामुळे मला जरा आश्चर्यच वाटलं. पण एकदाचं होऊ देत असा विचार मनात आला. तिसरं ऑपरेशन मात्र डिसेंबरमध्ये होतं. त्यामुळे थोडा आराम मिळणार होता.

नोव्हेंबरच्या सुरुवातीला कधीतरी एजाजला रियाचा फोन आला.

"मी मुंबईला येतेय,'' ती म्हणाली. आम्हाला भेटायला मिळणार म्हणून ती आनंदात होती. तिनं आम्हाला आभाळाएवढी मदत केली होती. त्यामुळे आम्हीसुद्धा तिला भेटायला आतुर होतो. 'रिया मॅडम स्वभावानं खूप प्रेमळ असतील,'' अम्मी म्हणाली. ११ नोव्हेंबरला जैन सरांच्या क्लिनिकमध्ये भेटायचं ठरलं.

ठरल्याप्रमाणे अम्मी आणि मी फॉलोअपसाठी डॉ. जैनांच्या क्लिनिकला आलो. आणि रियाची वाट बघत बसलो. दहा मिनिटांनी एक तरुण मुलगी आमच्या दिशेने चालत आली आणि जवळ येताच तिनं मला मिठी मारली. "रेश्मा कशी आहेस तू? माझा आवाज ओळखीचा वाटतोय का? मी रिया!'' ती म्हणाली. माझा विश्वासच बसत नव्हता की ती रिया आहे. "अशक्य!'' मी मनात म्हणाले. ती इतकी लहान असेल अशी आम्ही कल्पनाच केली नव्हती. रिया शर्मा ही तिशीची किंवा चाळिशीची बाई असेल असा माझा अंदाज होता. पण ही तर जवळपास माझ्या एवढीच होती.

मी थक्क होऊन तिच्याकडे पाहत होते. ती इतकी तरुण आणि सुंदर होती. अम्मीचीसुद्धा माझ्यासारखीच अवस्था होती. इतक्या लहान वयात हिनं काय काय मिळवलंय? कसा असेल हिचा आजवरचा प्रवास? मला प्रश्न पडला.

मी 'हॅलो' म्हणाले आणि तिचं आणि अम्मीचं बोलणं ऐकत बसले. लैलासारखाच रियामध्येसुद्धा समोरच्याला आकर्षित करणारा सळसळता उत्साह ओतप्रोत भरला होता. तिनं माझ्याकडे पाहून एकदाही उसासा सोडला नाही की 'अरेरे, बिचारी' असा भाव आणून बोलली नाही. जसं एखाद्या सतरा वर्षांच्या मुलीशी बोलतात तसंच ती माझ्याशी हसूनखेळून बोलत होती. मला ती एकदम जवळची वाटली आणि नंतर मला समजलं की तिलाही मी तेव्हाच आवडले होते. ज्या क्षणी तिला कळलं की मी फक्त सतरा वर्षांची आहे, त्या क्षणी मला बरं करायचं हे तिनं मनात पक्कं ठरवलं. "तू माझ्यापेक्षा लहान आहेस आणि खूप शूर आहेस,'' ती म्हणाली. ज्या देशात अजूनही बायकांचा गंभीरपणे विचार केला जात नाही तिथं एकवीस वर्षांची एक मुलगी किती जणांची आयुष्यं बदलत होती या कल्पनेनंच मी भारावून गेले.

अम्मी रियाचे पुन्हा पुन्हा आभार मानत होती. बोलता बोलता

अचानक तिला रडू फुटलं. "अरे काकू तुम्ही रडताय का? रेश्माचा उजवा डोळा आता व्यवस्थित झालाय. ती हळूहळू बरी होतेय. तुम्ही अजिबात काळजी करू नका. लवकरच आम्ही तिला इंग्लिश शिकायला आणि कॉम्प्युटर क्लासला पाठवू. तिला छान नोकरी मिळेल, ती मस्त आनंदात जगेल, बघाच तुम्ही!"

रियानं अम्मीला समजावलं. इतक्यात आम्हाला डॉक्टरांचं बोलावणं आलं. अम्मी बाहेरच थांबली. मी तिच्या काळजाचा तुकडा होते. मला अजून दुखलं खुपलं की तिला त्रास व्हायचा. त्यामुळे ती आत येत नाही म्हणाली. "चल, आपण आत जाऊ." रियानं माझा हात धरला. "तू मला लाजते आहेस का? तिनं विचारलं. मी हो म्हणताच ती हसली. "मीही कधीकधी लाजते. काळजी नको करू. बरं एक सांग जैन सरांबद्दल तुझं काय मत आहे? मला त्यांच्याबद्दल फार काही ठाऊक नाही. पण मी ऐकलंय की ते एकदम चांगले आहेत." माझ्याकडे त्यांच्याबद्दल बोलायला चांगलं काही नव्हतंच, त्यामुळे मी काहीच उत्तर दिलं नाही. आम्ही आत शिरताच त्यांनी रियाचं स्वागत केलं. आणि "रेश्मा, इकडे ये," असं म्हणत मला स्वतःच्या बाजूला उभं केलं. रिया खुर्ची ओढून बसली. त्यांनी तिला 'बस' असंसुद्धा म्हटलं नाही. पण तिला त्याचं काही वाटलं नसावं. मला तिचं हे बिनधास्त वागणं आवडलं. त्यांनी लॅपटॉप उघडून आम्हा दोघींना दिसेल असा ठेवला आणि म्हणाले, "मी आता तुम्हाला रेश्माचे एक ऑपरेशन दाखवतो."

"काय? नको. डॉक्टर, त्याची काहीच गरज नाही," रिया म्हणाली. "गरज आहे." त्यांच्या आवाजात जरब होती. मागच्या वेळी जसं लैलाला उभं केलं होतं तसंच त्यांनी आता मला उभं केलं आणि एकीकडे व्हिडीओ आणि दुसरीकडे चेहऱ्याला कुठून कापलं, कुठली त्वचा कुठे वापरली याचं तपशीलवार वर्णन केलं. मी रडत होते पण एकदाही त्यांनी मला शांत करण्याचा प्रयत्न केला नाही. रिया मला व्हिडीओ बघू नकोस असं सांगत होती. तिच्या बोलण्याकडेही त्यांनी लक्ष दिलं नाही. माझ्या पोटात ढवळून निघालं. त्यांच्या मते, त्यांनी कुठे कुठे काय काय बदल केलेत ते मला माहिती करून देणं गरजेचं होतं. अशी प्रत्येक गोष्ट जी त्यांच्या कौशल्याचं गुणगान करत होती

ती त्यांना आमच्यापर्यंत पोहोचवायची होती.

   हा सगळा तमाशा थांबवण्याचा रियानं एकदा दोनदा प्रयत्न केला; पण उपयोग झाला नाही. सगळा प्रकार आटोपल्यावर आम्ही तिथून बाहेर पडलो. आमची डोकी फिरलेली होती. ''काय भयानक होतं हे सगळं!! पण तू लक्ष देऊ नकोस लवकरच तू बरी होशील आणि मग तुला पुन्हा या दवाखान्यात यावंसुद्धा लागणार नाही.

#EndAcidSale

मी कुणाबद्दल मत तयार करताना त्याच्याबद्दलचा राग आड येऊ देत नाही. डॉ. जैनांच्या स्वभावात सहानुभूती आणि सभ्यता चुकूनसुद्धा नव्हती. पण त्यांचं कौशल्य आणि ज्ञान वादातीत होतं यात शंकाच नाही. माझं पुढचं ऑपरेशन २१ ऑक्टोबर २०१४ ला झालं. मग २३ डिसेंबरला आणि नंतर २१ एप्रिल २०१५ ला अजून एक झालं.

एक चांगली गोष्ट म्हणजे माझ्या उजव्या डोळ्यावरचं त्वचारोपण १००टक्के यशस्वी झालं. जास्तीचे टाके, वाढलेला मांसल भाग काढून टाकल्यामुळे माझी उजव्या डोळ्याची दृष्टी खूपच सुधारली होती. आधी मला बारीक अक्षरं वाचताना त्रास व्हायचा; पण आता मी नीट वाचू शकत होते. माझ्या डोळ्यांवर, टाळूवर, चेहऱ्याच्या काही भागांवर अजून वेगवेगळे उपचार झाले. मला अधूनमधून नैराश्याचे झटके यायचे; पण आता त्याबद्दल जास्त माहिती असलेली एक व्यक्ती माझ्याबरोबर होती ती म्हणजे रिया! तिच्या मते माझा कुणाशी तरी संवाद होत राहणं गरजेचं होतं. तो अगदी तिच्याशीच व्हावा असं नाही. तिनं केलेल्या मदतीच्या बदल्यात मी तिला प्रत्येक गोष्ट सांगणं बंधनकारक आहे अशी भावना माझ्या मनात निर्माण व्हायला नको होती. ''कर्तव्य म्हणून माझ्याशी बोललंच पाहिजे असं वाटून घेऊ नकोस,'' ती म्हणाली. थेरपिस्टचंही तसंच झालं असतं. एखाद्या निखळ मैत्रीची खरंतर गरज होती.

त्या वेळी रिया एकटीच संस्थेचं काम बघत होती. तिच्या मदतीला कोणीच नव्हतं. गरज पडली तर ती तिच्या घरच्यांची किंवा मित्रमैत्रिणींची मदत घ्यायची. तिची शाळेपासूनची मैत्रीण

मेहेर संधू माझ्याशी गप्पा मारायला स्वतःहून पुढे आली. तीही २१ वर्षांची होती. पुढे कितीतरी महिने, रोज संध्याकाळी बरोबर ५ वाजता ती मला फोन करायची. आणि ४५ मिनिटे सलग बोलायची. मी फक्त 'हॅलो!' अशी सुरुवात करायचे, मग पुढे मी बोलले नाही तरी ती काय काय सांगत राहायची. पूर्ण दिवसातला तो तास माझ्यासाठी सगळ्यात आनंदाचा तास असायचा. इतर नॉर्मल लोकांच्या आयुष्यातल्या गोष्टींबद्दल गप्पा मारून माझ्यातही सगळ्यांसारखं सर्वसामान्य आयुष्य जगण्याची उमेद निर्माण करायची असा त्या दोघींचा हेतू असावा. आम्ही साधारण एकाच वयाच्या होतो. आमच्या आवडीनिवडीसुद्धा सारख्या होत्या. मेहेर तिचा नट्टापट्टा, तिच्या आवडीचे लिपस्टिक्स, पाहिलेली नाटकं याबद्दल बोलायची आणि मी नकळत त्यात ओढली जायचे. मी तिला तिच्या कॉलेजबद्दल वगैरे विचारायचे. आणि मग ती बऱ्याच गमतीजमती सांगायची.

"तूही एक दिवस कॉलेजला जाशील," ती म्हणायची. हे ऐकून मग मीही पुढे शिकण्याचं स्वप्न पाहू लागले. मी या गप्पांची वाट पाहायला लागले. एजाजनं मला स्मार्ट फोन आणून दिल्यावर व्हॉट्स ॲपवरसुद्धा तिच्याशी बोलू लागले.

मला वाटतं, बदल इतकी हळूहळू घडणारी गोष्ट आहे की तो आपल्या आयुष्यात कधी आणि कसा होत जातो कळत नाही. माझ्यातला बदल मला जाणवत नसला तरी माझ्या आसपासच्या लोकांना मात्र जाणवत होता. माझा आत्मविश्वास वाढत होता. जर दिवसभरात काहीतरी वेगळं घडलं तर ते सांगायला मी स्वतःहून रिया आणि मेहेरला फोन करू लागले. रिया नेहमी आपल्या देशातल्या स्त्रियांचं आयुष्य बदलण्यासाठी काम करण्याबद्दल बोलत असे. मलासुद्धा ती गरज जाणवायला लागली. "कोणत्या देशात १७ वर्षांच्या मुलीचा बदला घेण्याचं 'साधन' म्हणून वापर केला जात असेल? बाहेरच्या देशात कदाचित मला फक्त माझ्या परीक्षेची, निकालाची भीती वाटेल, पण माझ्यावर बलात्कार होईल, कुणीतरी ॲसिड टाकेल किंवा खून करेल अशी भीती वाटण्याची शक्यता कमी असेल. मी बरी झाल्यावर सगळ्या जगाला माझी गोष्ट कळावी अशी माझी इच्छा आहे." मी तिला मनातलं बोलून दाखवायचे.

“विश्वास ठेव, तुझी जर सांगायची तयारी असेल तर जगाला नक्कीच तुझी गोष्ट कळेल. बाकी काळजी माझ्यावर सोड,” रिया म्हणाली. निदान अशी स्वप्नं बघायला काय हरकत आहे? मी विचार केला. पण त्या दिवशी बहुतेक रियानं स्वतःशी काहीतरी ठरवलं होतं. ती माझ्यासाठी बोलण्याची संधी शोधत राहायची आणि काही सापडलं की माझ्यापर्यंत त्याची माहिती पोहोचवायची. स्थानिक पेपर आणि टीव्हीच्या माध्यमातून लहानसहान मुलाखती देण्यासाठी रियानं मला तयार केलं.

मलाही माझ्या आत धुमसणाऱ्या रागाला सकारात्मक दिशा द्यायची होती, त्यामुळे मीही ‘हो’ म्हणाले. रियाला आणि माझ्यासारख्या इतर मुलींना भेटल्यावर मी अनेक शक्यतांचा विचार करू लागले. माझा आवाज जगापर्यंत पोहोचवण्यासाठी येणाऱ्या प्रत्येक संधीला होकार देत गेले. जेव्हा पेपरात माझं नाव छापून यायचं किंवा टीव्हीवर मुलाखत लागायची तेव्हा मला स्वतःचा अभिमान वाटायचा. त्याहीपेक्षा पुढं जायला एक कारण गवसलं असं वाटायचं. माझ्या आयुष्यात दुसरं काय होतं? ना शिक्षण, ना नोकरी, ना संसार, ना मुलंबाळं, ना धड चेहरा! पण माझ्याकडे आवाज होता. आणि नव्या जाणिवासुद्धा!

मे २०१५ च्या शेवटी शेवटी एक दिवस रियाचा फोन आला. “रेश्मा तुझा विश्वास बसणार नाही! ‘ऑग्लिवे अॅन्ड मेदर’ नावाची एक जाहिरात बनवणारी मोठी कंपनी आहे. आणि त्यांना या वर्षी आपल्या ‘मेक लव्ह नॉट स्कार्स’साठी जाहिरात करायची आहे, तेही अगदी कमी पैशात! तुला आठवतयं? तू म्हणाली होतीस की तुला अॅसिड हल्ल्याबद्दल जगाला सांगायचयं, मला वाटतं ती संधी चालून आलीये.

त्याच वर्षी ‘ऑग्लिवे अॅन्ड मेदर’ कंपनीच्या हर्षिक सुरैया आणि गीतांजली जयस्वालनं अॅसिड हल्ला झालेल्या मुलींवर बातमी वाचली. त्यांचे फोटो पाहून ते दोघं हेलावून गेले आणि अशांसाठी काम करणाऱ्या संस्थेबरोबर काहीतरी प्रोजेक्ट करायचं त्यांनी ठरवलं. सुरुवातीला त्यांनी मोठ्या नावाजलेल्या सामाजिक संस्थांना संपर्क केला. २०१५ च्या सुरुवातीला ‘मेक लव्ह नॉट स्कार्स’ नुकतीच रजिस्टर झाली होती. संस्थेकडे ना पैसा होता, ना कुठली इतर मदत होती. सोशल

मीडियावरसुद्धा फारशी ओळख निर्माण झाली नव्हती. त्यामुळे अर्थातच आम्ही त्यांच्या यादीत शेवटी होतो.

पण हर्षिक आणि गीतांजलीच्या कल्पना मोठ्या संस्थांना रुचल्या नाहीत. या जाहिरातीच्या मोहिमेतून काही साध्य होईल असं त्यांना वाटत नव्हतं. शेवटी 'मेक लव्ह नॉट स्कार्स'ने केलेल्या क्राउडफंडिंगबद्दल त्यांना माहिती मिळाली आणि बाकी कुणाचाच हवा तसा प्रतिसाद न मिळाल्यानं त्यांना रियाला मेल करावा लागला. त्यांनी लिहिलं होतं की ते 'ॲसिड हल्ला' या विषयावर आधीपासूनच काम करत आहेत. आपल्या देशात होणाऱ्या ॲसिड विक्रीच्या विरोधात आवाज उठवण्यासाठी एखादी मोहीम चालवण्याचा त्यांचा विचार होता. त्यांच्याकडे अनेक वेगवेगळ्या कल्पना होत्या, चित्रपट निर्मितीशी संबंधित लोकांचा पाठिंबासुद्धा होता. जिच्या मदतीनं हे काम पुढे नेता येईल अशा एका सामाजिक संस्थेच्या ते शोधात होते. रियानं ई-मेल वाचून लगेच हर्षिकला फोन केला.

त्यांची कल्पना एकदम साधी होती. आजकाल इंटरनेटच्या माध्यमातून गोष्टी लवकर आणि जास्तीत जास्त लोकांपर्यंत पोहोचतात यात शंका नाही. मेकअप करायला शिकवणारे व्हिडीओ तेव्हा प्रसिद्ध होते. ॲसिड हल्ला झालेल्या एखाद्या मुलीनं जर मेकअपबद्दल माहिती दिली तर लोकांना ॲसिड हल्ल्याचं भीषण वास्तव समजेल अशी त्यांची भावना होती. असे छोटे छोटे व्हिडीओ करायचे ठरले. व्हिडीओ बरोबर खुल्या ॲसिड विक्रीवर बंदी आणण्यासाठी एक अर्ज जोडायचा आणि लोकांना त्या अर्जावर सही करण्याचं आवाहन करायचं. त्या अर्जाच्या माध्यमातून सरकारवर खुल्या ॲसिड विक्रीवर बंदी आणण्यासाठी दबाव टाकायचा, अशी संपूर्ण कल्पना ठरली.

२०१३ मधील बी.बी.सी.च्या आकडेवारीनुसार भारतात एका वर्षात सरासरी १,००० ॲसिड हल्ले होतात. रिया आणि तानियाच्या मते, खरा आकडा यापेक्षा जास्त होता. स्वीडनसारखा देश जिथे बायकांच्या हक्कांची गंभीर दखल घेतली जाते तिथली बायकांशी निगडित गुन्ह्यांची टक्केवारी भारतापेक्षा जास्त होती. कारण गुन्ह्यांची नोंद होणं हे बऱ्याच गोष्टींवर अवलंबून असतं. एकतर पीडित मुलीनं जाऊन तक्रार करायला हवी. शिवाय सामाजिक, आर्थिक अडचणी,

पोलिसांची तक्रार नोंदवून घ्यायची मानसिकता या गोष्टींमुळे बऱ्याचदा टक्केवारी उजेडात येत नाही.

२०१२ ते २०१४ या काळात भारतामध्ये नोंद झालेल्या ॲसिड हल्ल्यांची टक्केवारी २५० पट वाढली. शिवाय नोंद न झालेले वेगळेच. २०१३च्या आधी ॲसिड हल्ल्यांसंदर्भात स्वतंत्र कायदा नव्हता. १९ जुलै २०१३ला सुप्रीम कोर्टानं सर्व राज्य आणि केंद्रशासित प्रदेशांना खुल्या ॲसिड विक्रीसाठी नियम बनवण्याचे आदेश दिले. इतकं करूनसुद्धा या हल्ल्यांमध्ये झालेली वाढ धक्कादायक आहे. 'मेक लव्ह नॉट स्कार्स'ने बनवलेल्या अर्जामध्ये अशा खुल्या विक्रीवर बंदी आणण्याची मागणी केली गेली होती. त्याचबरोबर 'पॉइझन ॲक्ट'ची कठोरपणे अंमलबजावणी व्हावी असेही म्हटले होते.

३ जून २०१५ पर्यंत रियानं हर्षिक आणि गीतांजलीला त्या व्हिडीओमधला चेहरा माझा असावा हे पटवून दिलं. जगाचा ॲसिड हल्ल्यांकडे बघण्याचा दृष्टिकोन बदलण्याच्या हेतूनं एका आठवड्यात माझे तीन ते पाच व्हिडीओ इंटरनेटच्या माध्यमातून बनवायचे होते. "तू हे काम करशील का" असं रियानं मला विचारलं. असं काहीतरी धाडसी आणि वेगळं काम करायला कोण नाही म्हणेल? मी लगेच होकार दिला आणि घरच्यांनासुद्धा ही कल्पना सांगितली. या सगळ्याचा कितपत परिणाम होईल हे कुणाला माहीत नव्हतं; पण आम्हा सगळ्यांना फार आनंद झाला होता. काळ बदलत होता. मी बदलत होते आणि आमची 'मेक लव्ह नॉट स्कार्स'सुद्धा एका वेगळं वळण घेत होती. व्हिडीओ बनवण्याची कल्पना अभिनव होती. पण प्रत्यक्ष काम वेळखाऊ होतं आणि त्याचा परिणाम समजायला तर त्याहून वेळ लागणार होता.

हर्षिक आणि गीतांजलीच्या टीमने जूनमध्ये अनेक निर्मात्यांच्या भेटी घेतल्या. बऱ्याच साधनांचा, पैशांचा अभाव असूनसुद्धा कसंही करून हे काम पूर्ण करायचं होत. जाहिरातीच्या मोहिमेचं पहिलं शीर्षक ठरलं होतं #Beautyisbrave चर्चांच्या फैरी झडत होत्या. लहानातल्या लहान गोष्टीची काळजी घेतली जात होती. #Thebeautytip हा अधिकृत हॅशटॅग ठरला. जितके लोक बघतील तितक्या जास्त सह्या आम्हाला मिळणार होत्या. सगळं काम सुरळीत चालू होतं. पण काहीतरी खटकत

होतं. शीर्षक पसंतीला पडत नव्हतं.

मग एकदम एक कल्पना सुचली. सौंदर्यामध्ये ताकद असते हे जरी खरं असलं तरी आमचं मूळ ध्येय होतं खुल्या ॲसिड विक्रीवर बंदी आणणं. आम्ही त्याच्यावरच लक्ष केंद्रित करण्याचं ठरवलं आणि या मोहिमेचं नाव ठरलं #endacidsale जे आम्हाला अभिप्रेत होतं, तेच आमच्या नावातून समोर येणार होतं. याच सुमारास रिया सरकारला पाठवण्याचा अर्जाच्या मजकुरावर बारकाईनं काम करत होती. हा अर्ज प्रत्येक व्हिडीओबरोबर जोडला जाणार होता.

निर्मात्यांनी कमीत कमी खर्चात सेट तयार करून देण्याची तयारी दाखवली. दिग्दर्शक विनामोबदला आपला वेळ देत होते. शूटिंगसाठी हवी तशी जागा मिळाली होती. समर्पक नाव ठरलं होतं. २३ जुलै २०१५ ला सगळी संकल्पना कागदावर उतरवून तयार झाली. आम्ही जे तीन व्हिडीओ केले ते पुढीलप्रमाणे होते. *ब्यूटी टिप्स बाय रेश्मा* : रसरशीत ओठांसाठी काय करावे? दुसरा होता - आयलायनर कसे वापरावे आणि तिसरा होता – चेहऱ्यावरचे डाग कसे घालवावे.

त्या व्हिडीओमध्ये दाखवण्याचे प्रसंग वाचून माझ्या डोळ्यात पाणी आलं. एखादं विदारक वास्तव जसंच्या तसं शब्दात मांडणं खूप कठीण असतं. पण इथे मात्र ॲसिड हल्ल्याची दाहकता, त्याचं भीषण वास्तव थोड्या पण थेट शब्दात उतरवलं गेलं होतं. प्रत्येक व्हिडीओ एक मिनिटाचा होता. प्रत्येक व्हिडीओची शेवटची ओळ ॲसिड हल्ल्याचं भीषण सत्य मांडणार होती. त्या सगळ्याच ओळी त्या इतक्या ताकदीच्या होत्या की आम्हाला हवा तो परिणाम दिसेल याची खात्रीच होती. हे व्हिडीओ इंटरनेटवर उपलब्ध आहेत; पण तरीही त्यातल्या एक व्हिडीओमधला संवाद देण्याचा मोह मला आवरत नाही :

'मैत्रिणींनो, माझं नाव रेश्मा! मी तुम्हाला तुमचे ओठ सुंदर आणि रसरशीत कसे होतील ते सांगणार आहे. सर्वांत आधी ओठांवर ब्रश फिरवून घ्या. त्यामुळे राठ झालेली त्वचा निघण्यास मदत होते आणि ओठ तजेलदार दिसू लागतात. त्यानंतर लिप बाम लावा म्हणजे लिपस्टिक लावल्यावर ते वाळणार नाही. मग ज्या रंगाचं लिपस्टिक लावणार असाल त्याच रंगाचं लिप लायनर लावा. आता ओठांवरून,

कडांवरून लिपस्टिक फिरवा. बघा बरं! छान दिसतयं ना? आता सगळ्यात महत्त्वाचं, लाल रंगाचं लिपस्टिक तुम्हाला जितकं सहज कुठल्याही बाजारात मिळतं, तितकंच सहज मिळतं 'ॲसिड'सुद्धा! म्हणूनच रोज एखादी मुलगी ॲसिड हल्ल्याची बळी ठरते. ॲसिडची खुल्या बाजारातली विक्री थांबवण्यासाठी खाली दिलेल्या लिंकवर क्लिक करा.'

कसलं जबरदस्त लिखाण होतं! माझा #endacidsaleच्या यशावर पूर्ण विश्वास होता. कमीत कमी खर्चात हे सगळं करायचं असल्यामुळे प्रत्येकाला जीव ओतून काम करावं लागणार होतं. 'मेक लव्ह नॉट स्कार्स'बद्दल फारशी कुणाला माहिती नव्हती आणि हर्षिक आणि गीतांजलीची कंपनी ही छोट्या प्रमाणावर काम करणारी होती. पण ॲसिड हल्ल्यांच्या वाढत्या प्रमाणामुळे आम्हा सगळ्यांना तो विषय महत्त्वाचा वाटत होता. ही मोहीम एकतर सपशेल फसेल किंवा सोशल मीडियावर थोडीफार उलथापालथ होईल असा आमचा अंदाज होता. आमच्या संस्थेच्या फेसबुकपेजला लोकांचा म्हणावा तसा प्रतिसाद नव्हता. शिवाय देणगीदार फारसे पुढे न आल्यामुळे पैशाची चणचण होती. या सगळ्या अडचणींवर मात करत हर्षिक आणि गीतांजली काम पुढे रेटत होते. मेकअप, हेअर स्टाइल आणि कपड्यांची जबाबदारी रियावर सोपवली होती. लोक स्वतःचे पैसे गुंतवून काम करत होते.

मी पूर्वी कधीही कॅमेऱ्यासमोर काम केलेलं नसल्यामुळे मला हे जमेल की नाही याची प्रत्येकाला शंका वाटत होती. रियानं अमायरा दस्तूर या अभिनेत्रीला शूटिंगच्या दिवशी माझा आत्मविश्वास वाढायला म्हणून बोलावलं आणि तीही आनंदानं हो म्हणाली.

जुलैच्या सुरुवातीला शूटिंग करायचं ठरलं. आदल्या दिवशी तिनं एजाजला फोन करून कुठे, कसं यायचं ते समजावलं आणि मग माझ्याशी बोलली. "उद्याचा दिवस महत्त्वाचा आणि धावपळीचा असणार आहे त्यामुळे नीट आराम कर आणि टेन्शन घेऊ नकोस. आम्ही सगळे तुझ्याबरोबर आहोत." तिनं धीर दिला.

तिच्याशी बोलताना तिला आलेला ताणही स्पष्ट जाणवत होता. एखाद्या खंद्या कार्यकर्त्यासारखं तिनं या कामात स्वतःला झोकून दिलं होतं. मला तिच्याबद्दल प्रचंड आदर वाटू लागला. तिला भेटण्यापूर्वी

आम्ही सगळे भीती, संताप, आर्थिक अडचणी या सगळ्या गोष्टींपायी खचलेलो होतो. पण तिच्या येण्यामुळे माझी काही ऑपरेशन्स झाली, मला मैत्रिणी मिळाल्या आणि आता तर खुली ॲसिड विक्री थांबवण्याचं एक ध्येय मिळालं.

दुसऱ्या दिवशी मी सकाळी ६ वाजता उठले. तयार झाल्यावर अम्मीनं जबरदस्ती मला चहा आणि टोस्ट खायला लावला. मला एकदम हल्ल्याचा दिवस आठवला. त्या दिवशीसुद्धा परीक्षेला जाण्याआधी अम्मीनं मला चहा टोस्टच खायला घातले होते. आणि दुसरं म्हणजे शिक्षण घेण्याच्या उद्देशानं बाहेर पडण्याचा तो माझा शेवटचा दिवस ठरला. आणि आज मी पहिल्यांदा काहीतरी शिकवायला बाहेर पडत होते. कालचक्र फिरत होतं आणि काही महिन्यातच माझी भूमिकाच बदलून गेली होती.

मी आणि एजाजनं लोकल पकडायला स्टेशन गाठलं. मुंबईच्या लोकल माणसांनी ओसंडून वाहत असतात. दाराला लटकून, खांबाना चिकटून लोक प्रवास करत असतात. मी बायकांच्या डब्यात शिरले आणि एजाज जनरल डब्यात घुसला. आम्ही गोरेगावला उतरून शूटिंगच्या ठिकाणी पोहोचलो. पण आम्हाला नेमकी बिल्डिंग सापडत नव्हती त्यामुळे एजाज सतत रियाला फोन करत होता. "वर बघा," ती म्हणाली आणि शेवटी एका जुन्या बिल्डिंगच्या बाल्कनीत आम्हाला दिसली. मुंबईच्या अनेक जुन्या बिल्डिंग पाडून नव्या आधुनिक अपार्टमेन्ट बांधण्याचा सपाटा चालू असताना अशी एखादी पुरातन वास्तू पाहून छान वाटतं. शूटिंगसाठी त्यांनी अगदी सुंदर जागा शोधली होती. आम्ही आत गेलो आणि आतलं दृश्य पाहून थक्क झालो. सगळे एकमेकांना कसल्या ना कसल्या सूचना देत होते. वरच्या खोलीत गुलाबी रंगाच्या कार्डबोर्डपासून भिंत तयार केली होती. निळ्या-गुलाबी फोटोफ्रेम्स, टांगते दिवे, असं काय काय सजवलं होतं. "जरा गंभीर आणि अंगावर येणारा विषय असल्यामुळे आपल्याला आजूबाजूच्या गोष्टी सौम्य ठेवायच्या आहेत. त्यामुळे पाहणाऱ्याला ताण येणार नाही. आपला व्हिडीओ पाहून कुणाला भीती वाटावी अशी आपली अपेक्षा नाहीये, तर तो पाहून बघणाऱ्याला अगदी सहज त्याच्या पुढच्या कामाला लागता यायला हवं. त्याच्या मनावर परिणाम व्हायला

नको.'' टीममधला एकजण म्हणाला.

मला त्यांचा विचार पटला. सामाजिक समस्यांबद्दल बोलताना नेहमीच उदास आणि गंभीर वातावरण असतं. पण #endacidsaleच्या मागची आमची भूमिका वेगळी होती. आम्हाला आमचं म्हणणं तरुण आणि वयस्कर दोन्ही लोकांपर्यंत पोहोचवायचं होतं; पण सांगणाऱ्याबद्दल भीती निर्माण होऊ न देता. आणखी एक गोष्ट सगळ्यांच्याच डोक्यात घोळत होती. मी इतकी विद्रूप होते की लोक रस्त्यावर मला बघून तोंडं फिरवायची. ॲसिड हल्ला झालेल्या मुलीचा चेहरा पाहून अनेकांच्या जिवाचा थरकाप होई, त्यामुळे बऱ्याच वेळा अशा प्रकारचे फोटो आणि व्हिडीओ सोशल मीडियावरून कुणाच्यातरी तक्रारीमुळे 'विकृत' आहेत म्हणून काढून टाकण्यात येतात. असं काही होणं आम्हाला परवडणारं नव्हतं. माझा चेहरा दिसताच लोकांनी व्हिडीओ बंद केला तर? आमचा संदेश लोकांपर्यंत पोहोचलाच नाही तर? म्हणून व्हिडीओ कमीत कमी वेळेचा, म्हणजे एक मिनिटाचाच करण्याचं ठरलं. पार्श्वभूमीला मंद संगीत, भोवताली छान प्रसन्न रंग आणि कलात्मक सजावट हे तर हवंच; पण सुरुवातीपासून शेवटपर्यंत माझा चेहरा हसरा असायला हवा! खरंतर आमच्यासारख्यांच्या फोटोवर आक्षेप घ्यायचं काहीच कारण नाही. पण आपलं जग विचित्र कल्पनांनी भरलेलं आहे. आमच्यावरचे व्हिडीओ, आमचे फोटो 'विकृत' विषय म्हणून काढून टाकले जातात.

असं करणाऱ्या लोकांना मला विचारावंसं वाटतं की आम्ही जसे आहोत तसे आहोत. आम्हाला नाकारण्याचा अधिकार तुम्हाला कोणी दिला? ज्या अर्थी त्यांना आमचे फोटो बघून इतका त्रास होतो त्या अर्थी ते हळवे आणि संवेदनशील असणार. त्यांच्या भावनांविषयी आदर आहेच; पण तरीही ते आमच्या फोटोंना नाकारू कसे शकतात? आम्ही काही मुद्दाम असे झालो नाही. आम्ही आमचे चेहरे किंवा अनुभव बदलू शकत नाही. आमच्याकडे बघणं इतकं त्रासदायक असू नये असं आम्हालाही वाटतं. आमचा चेहरा हे आमचं वास्तव आहे. जेव्हा लोक म्हणतात की, आमचा चेहरा पाहिल्यामुळे त्यांना कसंतरी होतं तेव्हा मला प्रचंड राग येतो. असे लोक मनानं कमकुवत तर असतातच शिवाय व्यवस्थेचेही गुन्हेगार असतात; कारण त्यांच्यामुळे आम्ही आमचा चेहरा लपवत फिरतो आणि आमच्यावर ही वेळ

आणणारे मात्र मोकाट फिरतात.

मला आधीच सगळं लिखाण समजून घेण्यासाठी देण्यात आलं होतं. मी घरीसुद्धा पाठांतर केलं होतं. पण उच्चार, आवाजाचा चढ-उतार, कुठे थांबायचं, किती वेगात बोलायचं अशा अनेक गोष्टींवर काम करायची मला गरज होती. ते नीट जमलं तरच माझं बोलणं लोकांच्या मनाला भिडलं असतं.

अमायरा आणि रिया तासन्तास बसून माझा कसून सराव करून घेत होत्या. कपडे बदलून, मेकअप झाला तरीसुद्धा मी माझे संवाद पुन्हा पुन्हा म्हणून बघत होते. काही महिन्यांपूर्वी माझ्या तोंडातून शब्द फुटत नव्हता आणि आता मी संवादांवर मेहनत घेत होते. कारण मला एक खूप महत्त्वाचा संदेश लोकांपर्यंत पोहोचवायचा होता.

दुपारपर्यंत सगळी तयारी झाली. आमच्या हातात एकच दिवस होता. त्यामुळे एकेक क्षण महत्त्वाचा होता. दिग्दर्शकांना पुन्हा पुन्हा बोलवायला, साधनसामग्री आणायला आमच्याकडे पैसे नव्हते. बाहेरचे आवाज नकोत म्हणून दारं-खिडक्या बंद केल्या गेल्या आणि आतल्या सर्वांना गप्प राहायला सांगण्यात आलं. कारण साधी खुडबुड झाली तरी तो आवाजसुद्धा रेकॉर्ड झाला असता.

मी खुर्चीवर बसले. रियाने कुठली वस्तू कधी उचलायची, कशी वापरायची याबद्दल सूचना दिल्या. माझा गोंधळ उडत होता. मी एकामागून एक चुका करत होते. पुन्हा एकदा प्रयत्न केला. पुन्हा अडखळले. समोर ठेवलेल्या वस्तू उचलणं आणि संवाद म्हणणं दोन्ही कामं एकत्र जमत नव्हतं. मग चर्चेनंतर असं ठरलं की पहिल्यांदा फक्त हावभाव करायचे आणि आवाज नंतर द्यायचा. सलग १२ तास आम्ही काम करत होतो. त्यात फक्त १५ मिनिटं जेवणासाठी आणि १५ मिनिटं चहासाठी सुट्टी घेतली. अधूनमधून मी, रिया आणि अमायरा बाकी लोकांच्या वैतागलेल्या नजरा चुकवून मोकळा श्वास घ्यायला कोपऱ्यात जाऊन बसायचो. जेव्हा सात-आठ तास उलटून गेले आणि एका क्षणी माझी सहनशक्ती संपली. ''मला हे जमणार नाहीये! शक्यच नाही! तुमच्या अपेक्षा फार जास्त आहेत. छोट्या छोट्या गोष्टींच्या तुम्ही मागे लागताय. संवाद इतके जबरदस्त आहेत की त्याची खरंच गरज आहे का?'' मी

रियाकडे पाहून रडवेली होत म्हणाले.

हर्षिक आणि गीतांजलीच्या टीमला सगळं व्यवस्थित, निर्दोष हवं होतं आणि आम्ही कुणी असं काही पूर्वी केलं नसल्यामुळे गोंधळलो होतो. शिवाय फक्त एका मिनिटाच्या व्हिडीओला पूर्ण व्हायला तेही संवादांशिवाय ३-४ तास का लागत होते तेही कळत नव्हतं. रात्री ९ च्या आसपास रियानं घोषणा केली,

"आपलं काम आपल्या दृष्टीनं इतकं महत्त्वाचं आहे की ते १००टक्के झालंय असं वाटणारच नाही. आपल्याला १२ वाजेपर्यंत कसंही करून हे पूर्ण करायचं आहे." मग पुन्हा एकदा बदल झाले. मी एकेक वाक्य बोलणार आणि मग ती सगळी वाक्यं एकत्र करायची असं ठरलं. रात्री २च्या आसपास आम्हाला हवे तसे व्हिडीओ मिळाले. संवादांचं काम थोड्या दिवसांनी करण्याचं ठरलं. तो दिवस म्हणजे वादावादी, चिडचिड, धावपळ, कष्ट या सगळ्याची सरमिसळ होता. पण तरीही अविस्मरणीय होता. सगळं सुरळीत पार पडल्यावर आम्ही मिठ्या मारल्या, दंगा केला. थोडेफार मतभेद झाले तरी सगळ्यांनी एकत्र येऊन काम पार पाडलं होतं. आमचा उद्देश एकच होता- खुल्या ॲसिड विक्रीवर बंदी! आणि त्यासाठी वाटेल ते कष्ट करायची आमची तयारी होती. इतकी ऊर्जा, उत्साह, सहकार्य कामावरची निष्ठा या सगळ्याचा इतका सुंदर मिलाफ मी यापूर्वी कधीच पाहिला नव्हता.

थोड्याच दिवसात आवाजाचं रेकॉर्डिंगदेखील पार पडलं. मग महिनाभर व्हिडीओवर काम चालू होतं. रिया आणि तिची टीम अर्जाचा मसुदा अधिकाधिक मुद्देसूद, स्पष्ट आणि सर्वसमावेशक बनवण्यासाठी झटत होती. त्याच सुमारास अजून एक समस्या निर्माण झाली. 'मेक लव्ह नॉट स्कार्स 'ची वेबसाइट नव्हती. जर व्हिडीओंना चांगला प्रतिसाद मिळाला तर आमच्या संस्थेबद्दल, कामाबद्दल लोकांना माहिती हवी असल्यास वेबसाइटचा पर्याय उपलब्ध हवा. 'हायपर' नावाची कंपनी चालवणाऱ्या आदित्य भंडारींनी हे काम विनामोबदला करून देण्याची जबाबदारी स्वीकारली. संपूर्ण जुलै महिना अशा कामांमुळे धामधुमीचा होता.

एकतर आमची नवी ओळख निर्माण होत होती. दुसरं म्हणजे आम्ही एकही पैसा न गुंतवता ही जाहिरातींची मोहीम राबवणार होतो

आणि तिसरं म्हणजे जगभरातून लोक आमच्या मदतीसाठी पुढे येत होते. एकदाचा व्हिडीओ जगासमोर आणण्याचा दिवस ठरला! ३१ ऑगस्ट २०१५!

बदलांचे वारे

तयार झालेले तिन्ही व्हिडीओ तीन वेगवेगळ्या तारखांना इंटरनेटच्या माध्यमातून प्रसिद्ध केले जाणार होते. पहिला ३१ ऑगस्टला, दुसरा २ सप्टेंबरला आणि तिसरा ४ सप्टेंबरला! प्रसिद्धीसाठी पैसा नसल्यामुळे दुसरा किंवा तिसरा व्हिडीओ लोकांपुढे आल्यावर सुप्रीम कोर्टात दाखल करण्यासाठीच्या अर्जाला कदाचित चांगला प्रतिसाद मिळेल अशी आम्हाला आशा होती.

'मेक लव्ह नॉट स्कार्स'चा भारत नायक 'द लॉजिकल इंडियन' या इंटरनेटवरील बातम्या पुरवणाऱ्या एका व्यासपीठाचासुद्धा सदस्य होता. भारतच्या मदतीनं त्यांनाही आम्ही आमच्या मोहिमेत सहभागी करून घेतले. 'मेक लव्ह नॉट स्कार्स'च्या यू-ट्यूबच्या चॅनलवर पहिला लिपस्टिकबद्दलचा व्हिडीओ ३१ ऑगस्ट २०१५ ला रात्री ९ वाजता झळकला. त्याच्याबरोबरच आमच्या आणि 'द लॉजिकल इंडियन'च्या फेसबुक पेजवर एक लेख आणि व्हिडीओची लिंकसुद्धा प्रसिद्ध केली गेली.

एक पैसा खर्च केला नसला तरी लाखमोलाचे कष्ट करून तयार झालेल्या व्हिडीओच्या यशाकडे आम्ही डोळे लावून बसलो होतो. 'द लॉजिकल इंडियन'च्या सहभागामुळे आम्हाला हजारांच्या आकड्यात सह्या मिळण्याची आशा होती. साधारण २५,००० सह्या गोळा झाल्या तर 'खुल्या ॲसिड विक्रीबंदी'साठी सरकारवर दबाव आणता आला असता. सुप्रीम कोर्टाचा तसा कायदाच होता. व्हिडीओ लोकांपर्यंत पोहोचला होता. त्यामुळे आता फक्त वाट बघणं आमच्या हातात होतं. मध्यरात्रीपर्यंत ताणून धरलेला उत्साह संपत आला होता. इतक्या

दिवसांचा ताण, धावपळ यामुळं थकूनभागून सगळे आडवे झाले.

आम्हाला या सगळ्यातून फार काही मोठी अपेक्षा नव्हती. आम्हाला जास्तीत जास्त लोकांपर्यंत पोहोचून आमच्या लढाईत त्यांचा सहभाग हवा होता. छोट्याशा विजयाचा साक्षीदार म्हणून आम्हाला त्यांची साथ हवी होती. आम्ही झोपेच्या अधीन असताना व्हिडीओचं काय झालं याचा आम्हाला पत्ता नव्हता; पण दुसऱ्या दिवशी सकाळी मात्र आम्हाला धक्काच बसला.

काही तासातच १,००,००० लोकांनी अर्जावर सह्या केल्या होत्या. दहा लाखांपेक्षा जास्त लोकांनी व्हिडीओ पहिला होता. जगातल्या जवळजवळ सगळ्या देशांत पाहिला जात होता.

रिया उठली तेव्हा तिला हजारो फोन येऊन गेले होते. सगळ्यांकडे ई-मेल्सचा खच पडला होता. आमची वेबसाइट क्रॅश झाली होती. तिच्या क्षमतेपेक्षा जास्त प्रमाणात लोक तिला भेट देत होते, त्यामुळे त्या पाच दिवसात ती सहा वेळा बंद पडली. रिया आणि आदित्यच्या फोनवर असंख्य फोन येऊन गेले होते.

रात्रभरात उठलेल्या वादळाची त्यांना कल्पनाही नव्हती. उठताक्षणी आधी तिनं आदित्यला वेबसाइट दुरुस्त करण्याच्या कामाला लावलं, 'ऑग्लिवे ॲन्ड मेदर'च्या लोकांना संपर्क केला आणि मग मला फोन केला. तिच्या आवाजातून आनंद ओसंडून वाहत होता. तिच्या हृदयाची धडधड मला स्पष्ट ऐकू येत होती "रेश्मा, तू करून दाखवलंस! तुझा आवाज जगाच्या कानाकोपऱ्यात घुमतोय!" हे ऐकून माझा आत्मविश्वास आकाशाला जाऊन भिडला. मला माझ्या जगण्याचं कारण त्या क्षणी सापडलं.

"तू खूश आहेस ना?" तिनं विचारलं.

"सरकारनं आपला आवाज ऐकला तर मला खरा आनंद होईल," मी म्हणाले.

"आपण ऐकायला भाग पाडू! मला अखंड फोन येत आहेत. मी आता सगळ्या पत्रकारांशी बोलणार आहे. तूसुद्धा तुझा फोन जवळ घेऊन बस. कारण मला माहितीये की त्यांना तुझ्याशी बोलायचं असणार." आणि अर्थातच त्यांना माझा नंबर हवा होता.

दिवसभर मी आणि रिया आमच्या उद्दिष्टाबद्दल, कामाबद्दल फोनवर

माहिती देत होतो. घरातला प्रत्येक माणूस माझा आत्मविश्वासानं फुललेला चेहरा बघत होता. ज्या आवेशात मी पत्रकारांशी बोलत होते ते त्यांच्यासाठी नवीन होते. मला इंग्लिश फारसं येत नसल्यामुळं भारताबाहेरचे फोन रिया आणि भारत घेत होते. आणि मी आपल्याकडच्या पत्रकारांशी बोलत होते. मला नीट बोलता यावं म्हणून घरातले सगळे कमीत कमी आवाजात आपली कामं करत होते. रात्री १२च्या आसपास मी फोन घेणं थांबवलं. अम्मीनं बिर्याणी बनवली होती. माझं खाणं होईपर्यंत ती माझ्या शेजारी बसली होती. तिच्या डोळ्यात आनंदाश्रू तरळत होते.

१ सप्टेंबर २०१५ हा माझ्या आयुष्यातला अतिशय आनंदाचा दिवस होता. मला माझ्या नवीन ओळखीचा पहिल्यांदाच अभिमान वाटत होता. मी खूप भोगलं होतं. जीवघेण्या वेदना सहन केल्या होत्या. पण आता ते सगळं मागं टाकून मी एका मोठ्या ध्येयासाठी काम करत होते. खुल्या ॲसिड विक्रीमुळे अमानुषतेला बळी पडू शकणाऱ्या अनेक जणींची आयुष्यं या मोहिमेच्या यशामुळे वाचणार होती.

पुढच्या दोन दिवसात बाकीचे व्हिडीओ प्रसिद्ध केले गेले. तेव्हाच आम्ही समाजातल्या सगळ्या स्तरातल्या लोकांपर्यंत पोहोचण्यासाठी काही देणगीदारांच्या मदतीने मोठमोठे होर्डिंग बनवून मुंबईभर लावण्याचं ठरवलं. माझा फोटो आणि एका ओळीत आमचं म्हणणं असं त्याचं स्वरूप होतं. 'चेहऱ्याला ब्लश लावायला २ मिनिटं लागतात; पण चेहरा ॲसिडनं जाळायला ३ सेकंदसुद्धा पुरतात.' अशी एक ओळ होती. 'आवडीच्या रंगाचं लिपस्टिक एकवेळ बाजारात लवकर सापडणार नाही पण ॲसिड मात्र कुठेही सहज मिळेल,' असा दुसरा मजकूर होता. आणि तिसऱ्या होर्डिंगसाठी लिहिलं होतं की, 'एक लिटर ॲसिडची किंमत ९ मिलिलिटरच्या आयलायनरपेक्षा कमी कशी काय?' पुढे अनेक दिवस या होर्डिंगची चर्चा होती. मी प्रत्येक होर्डिंगखाली उभं राहून माझा फोटो काढून घेतला.

सप्टेंबर २०१५ च्या शेवटी शेवटी आम्ही जगप्रसिद्ध झालो होतो. जगातल्या मोठमोठ्या पेपरांमध्ये माझ्याबद्दल, 'मेक लव्ह नॉट स्कार्स'बद्दल लिहून आलं होतं. 'न्यू यॉर्क टाइम्स'ने लिहिलं होतं,

'ॲसिड हल्ल्याची बळी ठरलेल्या मुलीचं धाडसी पाऊल!' 'टाइम मॅगझिन'चा मथळा होता : 'मेकअप शिकवणाऱ्या व्हिडीओमधून अनपेक्षित संदेश!' 'वॉल स्ट्रीट जर्नल'मध्येसुद्धा बातमी आली, सर्वच आघाडीच्या बातमीपत्रांनी आमची दखल घेतली.

'इनसाइड एडिशन'नं आमच्याबद्दल मोठा लेखच छापला. 'द वर्ल्ड' या कार्यक्रमाचे निवेदक आणि प्रसिद्ध पत्रकार मार्को वरमॅन खास माझी मुलाखत घेण्यासाठी भारतात आले. आणि माझ्या घरी येऊन माझ्याशी बोलले. श्री. संबित पात्रा सारखे नेते आणि जॅकलीन नॉवोग्रॅट्ज, शेरील सॅंडबर्ग, सचिन तेंडुलकर, ॲश्टन कचर, अमिताभ बच्चन अशा वेगवेळ्या क्षेत्रातल्या नावाजलेल्या लोकांनी आपली ॲसिड हल्ल्यावरील मतं व्यक्त केली. शिवाय 'पीपल,' 'मिरर,' 'कॉस्मोपॉलिटन,' 'RYOT,' 'डिस्कव्हरी चॅनल,' 'द इंडिपेंडन्ट,' 'हफिन्गटन पोस्ट,' 'बीबीसी,' 'द डेली मेल' अशा देशविदेशातल्या अनेक टीव्ही चॅनेलवर, मासिकांमध्ये आमची दखल घेतली गेली.

आम्ही जी सह्यांची मोहीम सुरू केली होती त्या यादीत सप्टेंबर २०१५ पर्यंत ३,५०,००० सह्या गोळा झाल्या होत्या. आमचे व्हिडीओज लाखो वेळा पाहिले गेले होते. #endacidsale ची मोहीम ३१ ऑगस्ट २०१५ ला सुरू झाली आणि २३ मे २०१६ ला भारतातील राज्यांनी खुल्या ॲसिड विक्रीवर बंदी घालण्याच्या दृष्टीनं पावलं उचलण्यास सुरुवात केली. मी आणि रिया प्रचंड आनंदात होतो. मोहीम सुरू होऊन वर्षसुद्धा झालं नव्हतं. रिया बावीस आणि मी एकोणीस वर्षांची होते. इतक्या लहान वयात आपलं ध्येय पूर्ण होताना बघणं अशक्यच! पण, 'ऑग्लिवे ॲन्ड मेदर,' 'द लॉजिकल इंडियन' आमचे इतर सहकारी आणि जबरदस्त इच्छाशक्ती यांच्या बळावर आम्ही अशक्य ते शक्य करून दाखवलं होतं. 'मेक लव्ह नॉट स्कार्स' ही संस्था आता ॲसिड हल्ल्यातील मुलींसाठी काम करणाऱ्यांसमोर एक आदर्श उदाहरण म्हणून पुढे आली होती. 'ऑग्लिवे ॲन्ड मेदर' कंपनीला या मोहिमेनं अनेक सन्मान आणि पुरस्कार मिळवून दिले. 'इफ्फी (Effie) इंडिया' २०१५ मध्ये मार्केटिंगसाठी एक आणि चांगल्या उद्देशासाठी काम केल्याबद्दल एक असे दोन सुवर्ण पुरस्कार मिळाले. सगळ्यात मोठा पुरस्कार (अनेक राज्यात

खुल्या ॲसिड विक्रीवर आलेली बंदी सोडून) म्हणजे २०१६ला फ्रान्स इथे पार पडलेल्या 'कान्स इंटरनॅशनल फेस्टिव्हल'मध्ये आमच्या #endacidsale मोहिमेला ग्लास लायन फॉर चेंज आणि 'गोल्डन लायन फॉर फिल्म' असे मानाचे पुरस्कार मिळाले. गेल्या ७ वर्षांत गोल्डन लायन मिळवणारी ऑग्लिवे ॲन्ड मेदर ही भारतातील पहिली कंपनी ठरली.

२०१५ सालच्या सप्टेंबर महिन्यानं माझं नशीब पालटून टाकलं. आणि 'मेक लव्ह नॉट स्कार्स'सारख्या सामाजिक संस्थेलासुद्धा संजीवनी दिली. जिनं मला तर वाचवलंच; पण अजूनही माझ्यासारख्या इतर मुलींना जगण्याचं बळ देतेय. मी आणि रिया सुद्धा एकमेकींच्या अजून घट्ट मैत्रिणी झालो, आम्ही दोघींनी मिळूनच तर अडथळ्यांची शर्यत पार करून हा विजय मिळवला होता.

पुन्हा दवाखान्याच्या वाऱ्या

मी आता ॲसिड हल्ल्यातील लोकांसाठी काम करणारी कार्यकर्ती म्हणून प्रकाशझोतात आले होते. मी प्रत्येक मुलाखतीला होकार देत होते. प्रत्येक शासकीय अधिकाऱ्याशी बोलत होते. प्रत्येक फोटोसाठी तयार होऊन जात होते. मी माझ्या अनुभवाबद्दल इतक्यांदा बोलले होते की झोपेतसुद्धा सगळं घडाघडा सांगू शकले असते.

एकीकडे मी नव्या उमेदीनं पावलं पुढे टाकत होते तर दुसरीकडे हे सगळं निरुपयोगी आहे अशी जाणीव करून देणारेसुद्धा काही जण होतेच. काही दूरचे नातेवाईक, शेजारी विचारत की इतक्या मुलाखती वगैरे द्यायची काय गरज आहे? वेगवेगळे अर्थ काढायला सुरुवात झाली.

बऱ्याच पत्रकारांना फक्त प्रसिद्धीसाठी तुमचा वापर करायचा असतो हे मला कळून चुकलं. तुमच्याकडे काही सनसनाटी बातमी असेल, तर ते तुमच्या मागे लागतात. त्यांच्याकडे पैशांचा ओघ वाढतो. म्हणून मी पैसे मिळाल्याशिवाय मुलाखत देणं बंद केलं.

ज्यांच्यावर कधी माझ्यासारखा हल्ला झाला नव्हता तेसुद्धा माझ्याबद्दल आपली मतं मांडत होते. अशा लोकांकडे मी दुर्लक्ष केलं. मला नेहमी वाटतं की एखाद्या गोष्टीची माहिती झाल्याशिवाय तिच्याबद्दल आपले विचार बदलू शकत नाहीत. जर लोकांना ॲसिड इतक्या सहज मिळतं हेच माहीत नसेल तर ते ॲसिड बंदीला का पाठिंबा देतील? मला हे आधी लक्षात आलं नव्हतं. मला पैशांची पर्वा नव्हती किंवा मला एका रात्रीत बदल घडवायचा नव्हता. मला लोकामध्ये जागरूकता आणायची होती. त्यांच्यापर्यंत माहिती पोहोचवायची होती.

मोर्चा आणि घोषणांनी फक्त माणसांची गर्दी वाढते.

या सगळ्या बरोबरच त्या वर्षी माझ्या चेहऱ्यावर अजून काही उपचार झाले. डिसेंबर २०१५ मध्ये डॉ. जैन म्हणाले की अजून सहा महिने तरी पुढचे ऑपरेशन करता येणार नाही. कारण भुलीच्या औषधामुळे शरीराला धोका निर्माण होतो. मला भविष्यात अजून बरीच ऑपरेशन्स करावी लागणार होती. त्यामुळे मला थोडे दिवस थांबणं भाग होतं. रियाने याबद्दल थोडी चौकशी केल्यावर तिलाही त्यांचं मत पटलं.

या सगळ्याबद्दल सांगायचं कारण म्हणजे थोड्या दिवसांनी आलेला एक भयानक अनुभव! आम्हाला मिळालेल्या यशानंतर जैन सरांनी मला बोलवून घेतलं. मला वाटलं की उपचारांसंदर्भात काही बोलायचं असेल.

माझं अगदीच औपचारिक स्वागत झालं. त्यांच्या खोलीत मंद उजेड होता. ते समोर खुर्चीवर बसले होते. त्यांनी मला समोर बसायला सांगितले. काही दिवसांपूर्वीच मिळवलेला आत्मविश्वास डॉक्टरांच्या समोर डळमळीत झाला. एवढा मोठा नावाजलेला, पद्मश्री मिळालेल्या डॉक्टरसमोर मी इतकी घाबरले होते की त्यांनी बस म्हणताच मुकाट्याने बसले. त्यांनी त्यांच्या मोबाइलचा कॅमेरा माझ्याकडे वळवला आणि म्हणाले, "तू तुझ्या आधीच्या व्हिडीओमध्ये जे जे बोलली होतीस ते जसच्या तसं पुन्हा म्हण, फक्त या वेळी आवाजात आणि चेहऱ्यावर दुःख असू दे."

हा काय प्रकार आहे मला समजेना. हे असं का करायचं? हा विचित्र प्रकार रेकॉर्ड करण्यामागे काय उद्देश असेल? त्यांनी केलेल्या इतर ऑपरेशन्सच्या भयानक व्हिडीओंप्रमाणे बहुतेक याचंसुद्धा प्रदर्शन मांडायचं असणार. मी प्रचंड घाबरले होते. अडखळत कसेबसे संवाद म्हणाले. त्यांचं काम होताच त्यांनी लाइट लावले आणि मला जायला सांगितलं. त्यांनी मला ना कशी आहेस ते विचारलं ना पुढच्या उपचारांबद्दल काही बोलले. मला सगळं विचित्रच वाटत होतं. मी रियाला फोन केला. काय घडलं हे सांगितल्यावर ती हसायला लागली. डॉक्टरांनी तिला आधीच फोन केला होता. ॲसिड विक्री विरुद्धच्या मोहिमेशी काहीही संबंध नसतानासुद्धा व्हिडीओमध्ये त्यांच्या नावाचा

उल्लेख त्यांना हवा होता. इतका नावाजलेला यशस्वी डॉक्टर अशी काहीतरी मागणी करू शकतो हे खरंच थोडं विचित्र होतं.

ज्या माणसाचा समाजात इतका आदर केला जातो. प्रतिष्ठा दिली जाते. तो वैयक्तिक आयुष्यात इतक्या कोत्या मनाचा, दुसऱ्याच्या भावनांची कदर न करणारा आहे हे बघून वाईट वाटलं. त्या दिवशी मी खूप अस्वस्थ होते. त्या अंधाऱ्या खोलीत माझ्या भेदरलेल्या चेहऱ्यावर रोखलेला कॅमेरा आठवला की आजही माझ्या पोटात ढवळून येतं. त्यांना प्रसिद्धीचा किती हव्यास आहे हे प्रत्येक भेटीतून समोर येत गेलं. माझ्या उपचारांच्या दरम्यान अनेक लोकांनी माझ्या गोष्टीवर माहितीपट करण्याची इच्छा दाखवली. डॉ. जैन माझ्या ऑपरेशनच्या तारखांना जोडूनच त्यांना शूटिंगच्या तारखा देत असत. आपलं कौशल्य दाखवायला मिळालेली ही सुवर्णसंधी ते हातची कशी जाऊ देतील? २५ जानेवारी २०१६ला एका जगप्रसिद्ध चॅनेलने माझ्यावर एक डॉक्युमेंट्री करण्यासाठी 'मेक लव्ह नॉट स्कार्स'कडे चौकशी केली. डॉ. जैनांनासुद्धा या कामात सहभागी करून घ्यावे असं रियाला वाटलं. त्यांनी अर्थातच होकार दिला. फेब्रुवारीमध्ये लंडनहून दिग्दर्शक आणि निर्माते भारतात आले.

एक दिवस डॉ. जैनांच्या ऑफिसमधून मला फोन आला की पुढचं ऑपरेशन २७ फेब्रुवारीला ठरले आहे. मला धक्काच बसला. मागचे ऑपरेशन होऊन थोडेच दिवस झाले होते. आणि अजून काही महिने ऑपरेशन करणं योग्य नाही असं तेच म्हणाले होते. मी रियाला फोन केला. २७ फेब्रुवारीला फक्त त्यांची माझी भेट आणि बातचित इतकंच शूटिंग होणार आहे असं रियानं त्यांना कळवलं.

त्यांच्याकडून काही उत्तर आलं नाही. काहीतरी गैरसमज झाला असेल असं वाटून आम्हीही विषय वाढवला नाही. २७ फेब्रुवारीला मी शूटिंगसाठी त्यांच्या दवाखान्यात गेले. शूटिंग करणारेसुद्धा येऊन थांबले होते. परदेशी लोकांशी माझं फारसं बोलणं झालं नाही; पण भारतातल्या लोकांनी मात्र माझ्याशी छान गप्पा वगैरे मारल्या. शूटिंगसाठी लागणारी तयारी कुठे करायची याची चौकशी करताच डॉक्टर म्हणाले, "शूटिंग करायचं असेल तर ते मी हिचं ऑपरेशन करत असतानाच! नाही तर नाही. संध्याकाळी ६ वाजता बॉम्बे हॉस्पिटलला तिचं ऑपरेशन

आहे. त्यामुळे इथे आता कसलंच शूटिंग करायची गरज नाही.'' मी अवाक् होऊन बघत होते. आमच्या टीममधली एक जण पुढे आली, ''या सगळ्याबद्दल आम्हाला काहीच माहिती नाही. रेश्माचं इतक्यात ऑपरेशन करणं धोक्याचं आहे असं तुम्हीच म्हणाला होतात ना! आम्हाला ऑपरेशनचं शूटिंग करायचं नाहीये. जसं आधी ठरलयं तसं करू या ना!'' ''अजिबात नाही,'' असं म्हणत डॉक्टर माझ्याकडे वळले, ''रेश्मा संध्याकाळी ६ वाजता तुझं ऑपरेशन आहे. आणि हे लोक त्याचं शूटिंग करतील.''

गोंधळलेल्या अवस्थेत आम्ही सगळे बाहेर पडलो. मला घाबरलेलं बघून कुणीतरी रियाला फोन लावला. मला आपण डॉक्टरांच्या हातचं खेळणं असल्यासारखं वाटलं. आपल्या यशाचं प्रदर्शन करण्यासाठी वापरायचं एक खेळणं! ऑपरेशनपूर्वी १२ तास काही खायचं-प्यायचं नसतं, इथे तर मी पोटभर नाश्ता करून, चहा पिऊन आले होते.

एखाद्या श्रीमंत मोठ्या पेशंटबरोबरसुद्धा डॉक्टर असेच वागत असतील का, अशी शंका माझ्या मनात आली. ''मला हे ऑपरेशन नकोय. माझी तयारी नाहीये,'' मी रियाला म्हणाले. माझे डोळे पाण्यानं डबडबले होते. ''काळजी करू नकोस. तिथून बाहेर पडा. काय माणूस आहे हा! सध्या कुठलंही ऑपरेशन तुझ्यासाठी धोक्याचं आहे, अजून सहा महिने तरी थांबावं लागेल असं त्यांचंच मत होतं.'' हे सगळं चालू असतानाच निर्मात्यांनी पुन्हा एकदा डॉक्टरांना भेटून समजवण्याचा प्रयत्न केला. त्यांच्या ऑफिसमधून मोठमोठ्यानं बोलण्याचे आवाज येत होते. डॉक्टर ऑपरेशन करण्याच्या मतावर ठाम होते. आम्ही पुन्हा रियाला फोन लावला. ''तिथून ताबडतोब निघा नाहीतर ते तुम्हाला तुमच्या मनाविरुद्ध निर्णय घ्यायला भाग पाडतील. आपण दुसरे चांगले डॉक्टर शोधू, माझंच चुकलं.'' तिचं ऐकून आम्ही बाहेर पडलो. माझ्या आरोग्यापेक्षा आपल्या फायद्याला महत्त्व देणाऱ्या डॉक्टरांचा मला तिटकारा येत होता. खुनशी आणि क्रूर स्वभाव होता त्यांचा! त्या दिवशीच्या माझ्या निर्णयामुळे माझं आणि आमच्या संस्थेचं नाव खराब करायचा त्यांनी विडा उचलला. आजही आम्ही त्यांच्या खोट्या आरोपांविरुद्ध लढत आहोत. माझ्या ठरलेल्या ऑपरेशन्ससाठी जे पैसे भरण्यात आले होते, ऑपरेशन्स झाली नाहीत तरी त्यांनी ते परत

केलेले नाहीत. आम्ही त्यांच्या हॉस्पिटलला अनेक खेपा मारल्या, पण त्यांच्या सहीशिवाय पैसे परत मिळणार नाहीत असं सांगण्यात आलं. त्यांनी आमच्या फोनला आणि ई-मेलला उत्तर देणं बंद केलं होतं. आता फक्त एकच मार्ग उरला होता– कायदेशीर मदत. माझ्या प्रवासात असे अनेक कटू प्रसंग आहेत आणि पुढेही येतील; पण असे छोटेमोठे क्षण सोडले तर आजवरचा प्रवास अतिशय सुंदर, आनंदी आणि बरंच काही मिळवून देणारा होता.

न्यू यॉर्क फॅशन वीक

डॉ. जैनांचे उपचार बंद झाल्यावर मी रियाला काही दिवस उपचारांपासून विश्रांती देण्याविषयी सुचवलं. काही दिवस आम्ही डॉक्टरांच्या भेटीगाठी थांबवल्या. मी जरा संस्थेच्या कामाकडे लक्ष द्यायला सुरुवात केली. एप्रिल २०१६ ते सप्टेंबर २०१६ या काळात 'मेक लव्ह नॉट स्कार्स,' एफ.टी.एल. मोडा आणि मी असे एका महत्त्वाच्या कामानिमित्त एकत्र आलो.

आमची संस्था दिल्लीत होती आणि मी मुंबईत! रिया दोन्हीकडे येऊन जाऊन काम बघत असे. ऑगस्ट २०१६ च्या सुरुवातीला तिचा मला फोन आला. तिने मला तिच्या आईच्या घरी यायला सांगितलं, जवळजवळ हुकूमच सोडला, ''आत्ताच्या आता ये कोणतंही कारण नकोय.'' रियाची आई केट (ज्यांना मी केट आंटी म्हणते) त्या मुंबईत नोकरी करतात आणि त्यांचं घर हे आमचं दुसरं घरच होतं. रियाच्या मित्रमैत्रिणींसाठी आणि 'मेक लव्ह नॉट स्कार्स'च्या लोकांसाठी त्यांच्या घराची दारे नेहमी उघडी असायची. महिनोंमहिने इथेच असल्यामुळे रिया आणि तानिया दिल्लीतसुद्धा त्यांची घरं आहेत हे विसरून जायच्या.

आम्ही तिघी कित्येकदा तिथे बसून, खाण्यापिण्यावर ताव मारत पुढच्या कामांवर चर्चा करायचो. मी केट आंटीच्या घरात शिरले. बॅग सोफ्यावर ठेवत रियाकडे गेले. रिया लॅपटॉप उघडून बसली होती. ''ये बस'' शेजारची खुर्ची ओढून ती म्हणाली. ''पाणी वगैरे हवंय का?'' मी नको म्हणत खाली बसले. ''तरी पाणी आणूनच दे,'' ती तिच्या आईला म्हणाली. आंटी पाणी घेऊन आल्या. रियानं तिचा मोबाइल

तिच्या आईच्या हातात दिला आणि माझ्याकडे वळून म्हणाली, "मी तुला काहीतरी दाखवणार आहे आणि आपण तुझ्या प्रतिक्रियेचं रेकॉर्डिंग करणार आहोत." "काय? कशासाठी पण? तू माझ्यासाठी काहीतरी आणलं आहेस का?" माझं उत्तर ऐकून त्या दोघींना हसू आवरेना. "लॅपटॉपकडे बघ म्हणजे समजेल तुला!" तिनं काही फोटो दाखवायला सुरुवात केली. ही कुठली जागा असेल? मी सुंदर उंचच्या उंच बिल्डिंग पाहून हरखले आणि नकारार्थी मान डोलावली. "काहीतरी डोक्यात येत असेल ना, अंदाज सांग!" मला बाहेरच्या जगाबद्दल फारशी माहितीच नाही. अब्बांचे काही मित्र नोकरीसाठी दुबईला गेले होते. ते तिथले स्वच्छ रस्ते आणि झगमगीत बिल्डिंग वगैरेंबद्दल बोलायचे त्यामुळे मला तेच एक नाव माहीत होतं, दुबई? मी अंदाज बांधला.

"अजून एकदा प्रयत्न कर," रिया म्हणाली. मी ओठ चावत पुन्हा फोटोकडे पाहिलं आणि शेवटी जगातलं दुसरं प्रसिद्ध नाव घेतलं, "अमेरिका?" हाच तो देश जिथे गरिबी नव्हती, कशाची कमतरता नव्हती. सगळे आपल्या आवडीप्रमाणे शिकतात, लग्न करतात, हवं तसं जगतात. मी टीव्हीवर इंग्लिश चित्रपट पाहिले होते. "अगदी बरोबर," रिया एकदम उत्साहात होती. अरे वा! म्हणजे माझं उत्तर बरोबर होतं. "तर ऐक," रिया म्हणाली, "मी तुला जे फोटो दाखवले त्या ठिकाणी म्हणजे न्यू यॉर्कमध्ये एक मोठा फॅशन शो असतो." "हम्म," मी म्हणाले. माझा त्याच्याशी काय संबंध हेच मला कळत नव्हतं. "तर सप्टेंबरमध्ये तू अमेरिकेला जाणार आहेस आणि या 'फॅशन शो'मध्ये भागसुद्धा घेणार आहेस! तिच्या आवाजातून उत्साह ओसंडून वाहत होता. मला अमेरिकेला जायचंय हे ऐकताक्षणीच मला अस्मान ठेंगणं झालं. हे कसं शक्य आहे? मी न्यू यॉर्कला कशी काय जाईन? मला एकाचवेळी हसूही येत होतं आणि डोळ्यातून पाणीही! मी निःशब्द झाले होते. "अगं खरंच! कसं वाटतयं तुला?" रिया विचारत होती. "अतिशय आनंद झालाय," अविश्वास आणि उत्साह या दोन्ही भावना एकाच वेळी जाणवत होत्या. माझे अश्रू लपवण्यासाठी मी चेहरा झाकून बसले. मी अजून धक्क्यातून सावरलेच नव्हते.

मी स्वप्नातसुद्धा कधी भारताबाहेर गेले नव्हते. आणि आता ही म्हणतेय की न्यू यॉर्क जाऊन 'फॅशन शो'मध्ये भाग घ्यायचा! ही तर

माझ्या कल्पनाशक्तीच्या पलीकडची गोष्ट होती. माझ्या चाळीतली मुलं अमेरिकेला जाऊन टॅक्सी चालवायचं स्वप्न बघायची. अमेरिका म्हणजे आमच्यासाठी कल्पनेपलीकडचं जग! माझ्या घरातल्यांपैकी, मित्रमंडळींपैकी कुणीही अजून अमेरिकेला गेलं नव्हतं, म्हणजे मी पहिलीच! अगदी पासपोर्टचा अर्ज करणारीसुद्धा! अब्बा आणि अम्मींना किती अभिमान वाटेल हे ऐकून! कधी एकदा त्यांना सांगते असं झालं होतं. मी भारतातल्या एका छोट्याशा चाळीतून जगातल्या एका मोठ्या शहरात जाणार होते. "भीती वाटतेय का? मोठमोठ्या मॉडेल बरोबर तू स्टेजवर असशील, कसं वाटतयं ऐकून?" रिया म्हणाली. "मला खरंच छान वाटतंय," मी रडतरडतच उत्तर दिलं. सगळे हसायला लागले. पुढचे दोन तास आम्ही न्यू यॉर्कबद्दल बोलत होतो. मला सगळी माहिती हवी होती. माझ्यासारख्या इतर अनेक मुली असताना माझीच निवड का केली असेल, त्यांना पण संधी मिळायला हवी होती ना, असे सगळे प्रश्न मला पडले होते.

"जेव्हा कुणीच पुढे आले नाही तेव्हा तू पुढे आलीस! प्रत्येक मुलाखतीला, शूटिंगला तू हजर होतीस! ज्या वेळी लोकांना वाटत होतं की या सगळ्यातून काहीही निष्पन्न होणार नाही तेव्हा तू आमच्या बरोबरीनं उभी राहिलीस," रियानं उत्तर दिलं. #endacidsaleच्या यशामुळे माझ्या गोष्टीच्या माध्यमातून ॲसिड हल्ल्याबद्दल जगाला माहिती झाली. म्हणून माझी निवड झाली.

२० एप्रिल २०१६ ला रियाला एफ.टी.एल. मोडा जे या वेळी न्यू यॉर्क 'फॅशन वीक २०१६'चे निर्माते होते, त्यांनी संपर्क केला. पूर्वीसुद्धा त्यांनी अनेक वेगवेगळ्या डिझायनर्ससाठी यशस्वीरीत्या फॅशन शो केले होते. त्यांची इच्छा होती की मी भारतीय डिझायनर अर्चना कोचरसाठी रॅम्प वॉक करावा. "मला आधी का बोलली नाहीस?" मी रियाला विचारलं. "सगळं नीट ठरल्यावर सांगायचं होतं. जर मधेच काही गडबड झाली असती तर तुला वाईट वाटलं असतं ना! तुझी सही झाली की हे काम फत्ते!" मी एक क्षणसुद्धा न दवडता सही केली. "पासपोर्टसाठी अर्ज करावा लागणार!" रिया एजाजला बातमी द्यायला फोन लावत म्हणाली. एजाजला कागदपत्रांबद्दल आणि प्रक्रियेबद्दल माहीती असेल. "खरं सांगते आहेस की चेष्टा करते आहेस?" एजाजनं

रियाला दोन-तीन वेळा विचारलं. त्याचा विश्वासच बसत नव्हता. ज्या क्षणी तिने त्याला पटवून दिलं त्या क्षणी तो म्हणाला, "मी सगळ्यांना जाऊन सांगतो, नंतर बोलतो." आणि फोन ठेवून पळाला. मी प्रचंड आनंदात होते; पण आता थोडं टेन्शन यायला लागलं होतं, मला एकटीला जावं लागेल? मला इंग्लिश बोलता येत नाही? विमानानं जावं लागेल ना? व्हिसा नाही मिळाला तर? माझ्या स्वप्नांना पंख फुटत होते. पण अडचणीसुद्धा तितक्याच होत्या. काळजी करू नकोस. एफ.टी.एल. मोडा तुझ्या तिकिटांची आणि राहण्याची व्यवस्था करणार आहेत. मी येणार आहे तुझ्याबरोबर! माझे वडील पायलट आहेत. माहीतीये ना?" चेष्टामस्करीमुळे मला जरा मोकळं वाटलं. थोड्याच वेळात एजाजचा फोन आला, "मी पासपोर्टसाठी लागणाऱ्या कागदपत्रांची यादी केली आहे, पण रेश्माच्या जन्माचा दाखला नाहीये," तो म्हणाला. "दाखला कसा काय नसेल?" रिया जवळजवळ ओरडलीच.

भारतात कित्येक लोकांचे जन्माचे दाखले नसतात. या कागदाचं महत्त्वच माहीत नसतं त्यामुळे लोक काढत नाहीत म्हणून सरकारने जन्मभरात कधीही हा दाखला मिळवण्यासाठी अर्ज करण्याची मुभा दिली आहे. मला अर्ज करायला अलाहाबादला जावं लागणार होतं. माझ्या जन्माच्या वर्षाच्या पुराव्यासाठी शाळा सोडल्याचा दाखला मऊआइमातून घ्यावा लागणार होता. रियानं माझा न्यू यॉर्कला जाण्याबद्दलचा होकार कळवला. अजून पासपोर्टसाठी अर्जही केला नव्हता. आणि जायची तारीख मात्र ठरली होती- ६ सप्टेंबर! ऑगस्टच्या पहिल्या आठवड्यात रियानं तिच्या ओळखीतल्या लोकांबरोबर मला मदतीसाठी जोडून दिलं. मी आणि एजाज अलाहाबादला गेलो. जन्माचा दाखला मिळवण्यासाठी अडचणी येत होत्या. प्रत्येक वेळी हा कागद आणा, तो पुरावा नाहीये असं सांगितलं जात होतं. कदाचित त्यांना लाच हवी होती. शेवटी रियाच्या ओळखीतल्या एकाने तिथल्या स्थानिक नेत्याची गाठ घालून दिली आणि आमचं काम झालं. लगेच आम्ही तत्काळ पासपोर्टसाठी अर्ज केला. पासपोर्टनंतर अमेरिकेच्या व्हिसासाठी मुलाखत द्यायला मुंबईला आले. व्हिसा मिळेल की नाही याची धाकधूक होती. ऑगस्ट उजाडला होता. व्हिसासाठी माझी मुलाखत घेणाऱ्यानं माझे व्हिडीओ पाहिले होते हे ऐकून मला आश्चर्याचा

सुखद धक्का बसला. मला १० वर्षांचा अमेरिकेला येण्याजाण्याचा व्हिसा मिळाला.

माझ्या सगळ्या शंकाकुशंका क्षणार्धात गायब झाल्या. आता मला न्यू यॉर्कला जाण्यापासून कोणीच रोखू शकत नव्हतं. आपण एका मोठ्या घटनेचे साक्षीदार होणार आहोत याची थोडी थोडी खात्री पटायला लागली. ''मी तुझ्या दोन-तीन दिवस आधी जाईन. मी तुला सगळं समजवून सांगेन आणि तू पोचलीस की तुला घ्यायलासुद्धा येईन,'' रिया म्हणाली. मी निघण्याच्या आदल्या रात्री रियानं एजाजला खूप सारे ई-मेल पाठवले. मला जिथे कुठे अडचण येईल तिथे दाखवायला इंग्लिशमधून लिहिलेली माहिती होती. मला कुठे काही सापडलं नाही तर मला मदत मिळवता आली असती. त्यावर माझं नाव, फ्लाइट नंबर, जाण्याचं कारण ही माहिती तर होतीच; पण मला फक्त हिंदी आणि उर्दू येते, शिवाय लंडनमध्ये मला विमान बदलायचं आहे ही माहितीसुद्धा होती. मी सगळे कागद नीट सांभाळून ठेवले. अम्मी-अब्बा, एजाज, नर्गिस, गुलशन, रियाज सगळे मला सोडायला विमानतळावर आले. अम्मीच्या डोळ्यात आनंदाश्रू होते. ''नशीब पहा कसं असतं?'' ती म्हणाली. मला स्वःला जर सगळ्यात जास्त आनंद कशाचा झाला असेल तर माझे स्वतःला संपवण्याचे प्रयत्न यशस्वी झाले नाहीत याचा! मी कधी इतकी आनंदात असेन असे मला वाटले नव्हते. एका क्षणी मला वाटले होते की मी आयुष्यात कुणाशी बोलणारही नाही आणि आता या क्षणी मी एकटीच सातासमुद्रापार निघाले होते. पासपोर्ट हातात घट्ट धरून मी आत शिरले. आणि सगळे सोपस्कार पार पाडून विमानात जाऊन बसले. समोर टीव्ही असलेल्या विमानात मी पहिल्यांदाच बसले होते. एअर होस्टेसनं मला सगळी माहिती दिली. लंडनमध्ये उतरल्यावर तिथल्या मदतनिसांनी दुसऱ्या विमानाच्या ठिकाणी जायला मदत केली. पुढचा टप्पा लांबलचक होता. घर सोडल्यापासून न्यू यॉर्कला पोचेपर्यंत २४ तास उलटून गेले होते. न्यू यॉर्कला उतरल्यावर काय करायचं याची मला काडीमात्र कल्पना नव्हती. मी इतकी थकले होते की कसला उत्साहसुद्धा वाटत नव्हता. मला थोडा आराम आणि ओळखीचं – नेहमीचं वातावरण हवं होतं. विमानातून उतरून मी गर्दीबरोबर चालत राहिले. सगळे

लोक मशिन्ससमोर पासपोर्ट धरून स्कॅन करत होते. मीही तसं करायचा प्रयत्न केला पण जमलं नाही. तिथले इंग्लिशमधले प्रश्नसुद्धा मला कळत नव्हते. मी गोंधळलेल्या आणि भेदरलेल्या अवस्थेत हातात पासपोर्ट घेऊन उभी होते!

जवळपास दहा मिनिटांनी एक आडदांड अधिकारी माझ्या जवळ आला. मी माझ्या आयुष्यात इतका उंच माणूस पहिला नव्हता. 'रेश्मा कुरेशी?'' त्यानं विचारलं आणि त्याच्या बरोबर येण्याची खूण केली. त्यानं हसून काही प्रश्न विचारले. प्रत्येक प्रश्नाला मी 'ओके' हे एकच उत्तर दिलं. जे थोडंफार इंग्लिश समजत होतं तेही अमेरिकन उच्चारांमुळे अजिबात समजेनासं झालं होतं. आम्ही एका खोलीत शिरलो त्यानं माझा पासपोर्ट आणि रियानं दिलेले कागद मागून घेतले. मी ऐकलेलं की ९/११ च्या हल्ल्यानंतर अमेरिकेत मुस्लीम लोकांची कसून चौकशी होते आणि कधीकधी त्यांना प्रवेशसुद्धा नाकारला जातो. शाहरुख खानलासुद्धा अडवलं गेलं होतं. माझा थरकाप उडाला. मला रडू कोसळलं. मलाही परत पाठवतील की काय? की जेलमध्ये टाकतील? मी घरच्यांना कसं कळवणार? रियाला तरी माझा ठावठिकाण समजेल का? माझ्या कल्पनांचे खेळ सुरू झाले.

तो अधिकारी माझं रडणं पाहून हबकलाच. ''नो, नो'' असं म्हणत पुढे बरंच काही बोलला, ज्यातलं मला फार थोडं समजलं. तो मला रडू नकोस म्हणत होता. त्यानं माझा पासपोर्ट स्टॅम्प केला आणि पुन्हा त्याच्यामागे येण्यास सांगितलं. ''रिया शर्मा?'' त्यानं विचारलं. मी थांबून त्याच्याकडे पाहिलं. आणि मान हलवली. तो हसला मीही हसले. रियानं बहुतेक माझी मदत करण्यासाठी त्याला विनंती केली असणार. त्या प्रेमळ ऑफिसरनं मला गर्दीतून वाट काढत, माझं सामान घ्यायला मदत केली. काही अंतरावर मला रिया दिसली आणि मी तिच्याकडे धाव घेतली. आम्ही मिठी मारली. तिनं ऑफिसरच्या हातातून सामान घेतलं आणि त्याचे मनापासून आभार मानले.

त्याला आपलं कार्ड दिलं आणि मग आम्ही निघालो. ''इथले ऑफिसर अशी मदत वगैरे करत नसतात. पण मी जेव्हा तुझ्याबद्दल सांगितलं तेव्हा त्यांच्या डोळ्यात पाणी आलं. तो म्हणाला की मी स्वत: तिला तुझ्याकडे घेऊन येईन. तुला भीती नाही ना वाटली?''

एखाद्या अधिकाऱ्याकडून इतकी प्रेमळ वागणूक मिळण्याचा माझा हा पहिलाच प्रसंग होता. पुढचा अख्खा आठवडा अशाच अनुभवांनी भरला होता. तिथल्या वास्तव्यात मी कुणी वेगळी आहे असं वाटतच नव्हतं. उलट मी सुंदर आहे असंच वाटत होतं. तिथले लोक अनोळखी लोकांकडे पाहूनसुद्धा हसतात हे बघून तर मला खूप आश्चर्य वाटलं.

आम्ही सामान घेऊन बाहेर पडलो आणि कारमध्ये बसलो. आत मंद सुगंध दरवळत होता. सीट्स एकदम छान, मऊ आणि आरामदायी होत्या. मी तर तिथल्या टॅक्सीच्या प्रेमातच पडले. स्वच्छ रस्ते, शिस्तीत जाणारी वाहने पाहत होते. रस्त्यावर गाड्यांची फार गर्दी नव्हती. इथल्या लोकांनी भारतातले रस्ते बघायला हवेत. मला एकदम घरच्या सगळ्यांची आठवण आली. त्यांनाही न्यू यॉर्क बघायला आवडलं असतं. आम्ही 'कार्लटन हॉटेल'ला पोहोचलो. हॉटेल एकदम चकचकीत आणि आलिशान होतं. लिफ्टने वर जाऊन खोलीत पाऊल टाकताच मी थक्क झाले. मोठमोठ्या खिडक्यातून शहराचा नजारा दिसत होता. लोक मुंबईच्या लोकांपेक्षासुद्धा भरभर चालताना दिसत होते. असंख्य बिल्डिंग चमचमत उभ्या होत्या. माझ्यात खाण्यापिण्याचंसुद्धा त्राण उरलं नव्हतं. मी ताबडतोब झोपून गेले. मी १२ तारखेपर्यंत न्यू यॉर्क मध्ये राहणार होते. मी तिथे असेपर्यंतच्या सगळ्या घटना कॅमेऱ्यात कैद करायला एक डॉक्युमेंट्री बनवली जाणार होती. ते लोक सतत आमच्या बरोबर असणार होते. दुसऱ्या दिवशी आम्ही लवकर उठलो. डॉक्युमेंट्री करणाऱ्या लोकांबरोबर रियानं माझी ओळख करून दिली. दिग्दर्शक लीव्हिया तिच्या क्षेत्रात नावाजलेली होती. 'ग्लोबल म्युझिक अवॉर्ड,' 'युरोपियन फिल्म फेस्टिव्हल' अशा अनेक ठिकाणी तिचा सन्मान झाला होता. छायाचित्रकार ग्रेग हॅरिअट 'ॲमी ॲवॉर्ड' विजेता होता. इतर अनेक जण त्यांच्या टीममध्ये होते. शिवाय रियाची मैत्रीण अनाया उधाससुद्धा मदतीला आली होती.

प्रवासाचा शीण अजून गेला नव्हता. पण आमच्याकडे दवडायला एक क्षणही नव्हता. ८ तारखेला फॅशन शो होता. ७ सप्टेंबरचा दिवस मुलाखतीसाठी राखून ठेवला होता. दिवसभर वेगवेगळ्या चॅनेल्ससाठी मुलाखती देत होते. पूर्ण दिवस दगदग झाली होती. रात्री आम्ही मेल्यासारखे झोपलो. सकाळी ७ला जाग आली. मी उठले तेच मुळी

टेन्शनमध्ये. हातापायाला घाम सुटला होता. फॅशन शो मध्ये माझा सहभाग हा फक्त कपड्यांच्या प्रदर्शनाइतकाच मर्यादित नव्हता. तर काही लोकांकडे बघण्याचा जगाचा दृष्टिकोन बदलण्याकरता एक महत्त्वाची सुरुवात ठरणार होता. फक्त ॲसिड हल्लाच नव्हे तर लोकांच्या एकूणच दिसण्याच्या, सौंदर्याच्या व्याख्या बदलण्याचा आमचा प्रयत्न असणार होता. काही चॅनेल्स किंवा पेपर माझ्या सहभागाचं भांडवल करून घेतील आणि खरी लढाई पुढेच आहे याचीसुद्धा जाणीव होती. ॲसिड हल्ला भीषण असतोच पण त्यानंतर समाजाकडून मिळणारी खोटी दया, भेदभाव हे सगळं जास्त विखारी असतं.

सकाळीच डॉक्युमेंट्री बनवणारे हजर झाले. त्यांच्या बरोबर आम्ही शोच्या ठिकाणी पोहोचलो. तयारी करण्याच्या ठिकाणी पोहोचताच आम्ही थक्क होऊन एकमेकींकडे पाहिलं. सगळीकडे धावपळ सुरू होती आणि तणावाचं वातावरण होतं. प्रत्येक मॉडेल बरोबर कमीत कमी ४ तरी मेकअप करणारे, हेअरस्टाइल करणारे काम करत होते. काहीजण फोनवर जोरजोरात सूचना देत होते. फोटो काढणारे, रेकॉर्डिंग करणारे आपापलं काम करत होते. आम्ही दोघी परिस्थितीचा अंदाज घेईपर्यंत आमच्या टीमनेसुद्धा माझ्या प्रतिक्रिया कॅमेऱ्यात टिपायला सुरुवात केली. इतकी धावपळ, गोंधळ मी आधी कधीही पाहिला नव्हता. अगदी हॉस्पिटलमध्ये सुद्धा! लोकांना जरी फॅशन शो वरवरचा दिखावा वाटत असला तरी सतत बदलणारं, प्रचंड स्पर्धात्मक असं हे फॅशनचं विश्व आहे. मला खुर्चीवर बसवलं गेलं. एका निर्मातीनं येऊन काय काय करायचं ते सांगितलं. काही ड्रेसेस घालून त्यातला कुठला व्यवस्थित बसतो ते बघायचं. दोन शो असतील. पहिला काही तासात आहे आणि दुसरा संध्याकाळी आहे. ड्रेस ठरला की मेकअप वगैरे केला जाईल. मेकअप करणाऱ्यांना तुझ्या चेहऱ्याची आणि डोळ्याची काळजी घ्यायला सांगितलं आहे. या सगळ्याच्या अधेमधे मुलाखतीसुद्धा सुरूच असतील.

"मी श्वास कधी घ्यायचा?" मी विचारलं. रिया जोरात हसली आणि तिने माझा विनोद इंग्लिशमध्ये सांगितला. कुणालाही त्यात हसण्यासारखं काही वाटलं नाही. आम्ही ओशाळून एकमेकींकडे बघितलं. मी तीन ड्रेस बदलून पहिले. शेवटी एक पांढराशुभ्र लांब बाह्यांचा,

बारीक नक्षीकाम केलेला पायघोळ ड्रेस निवडला गेला. मी इतके सुंदर कपडे कधीही घातले नव्हते. नंतर मेकअप वगैरे करायला गेले. न्यू यॉर्क फॅशन वीकमध्ये भाग घेणारी पहिली अ‍ॅसिड हल्ल्याची शिकार मुलगी! त्यामुळे माझे हावभाव टिपायला क्षणाक्षणाला फोटो घेतले जात होते. त्यातलाच एक नंतर फोटो मिडल ईस्टच्या 'न्यूजवीक' मासिकाच्या मृखपृष्ठावर झळकला.

माझ्या मेकअपच्या वेळी शेजारच्या खुर्चीत सनी लिओनीला पाहून मी थक्क झाले. ती आणि मी एकत्र स्टेजवर जाणार होतो. तिने पुढे येऊन मला मिठी मारली आणि 'हाय' म्हणाली, मी इतकी गोंधळले की काही बोललेच नाही. "तू खरच अनेकांसाठी प्रेरणा आहेस," ती म्हणाली. मी तिला घट्ट मिठी मारली. ती स्वभावाने एकदम मोकळी आणि प्रेमळ होती. मलाही तिच्या बरोबर वावरताना मोकळं वाटत होतं. त्यानंतर काही महिन्यांनी माझ्या आवडीच्या हिरोला, शाहरुख खानला भेटण्याचा योग आला तेव्हा तोही तेच म्हणाला. ज्यांना आजपर्यंत फक्त टीव्हीवर पाहिलं. त्यांच्या शेजारी खांद्याला खांदा लावून उभं राहताना वेगळंच वाटत होतं. आयुष्य हे कडूगोड अनुभवांची सरमिसळ असतं. कधी क्रूर तर कधी प्रेमळ असतं. पुढे भेटणाऱ्या रस्त्याचा काहीही पत्ता लागू देत नाही. आपला आपल्यालाच तो शोधावा लागतो. नंतर मागे वळून तुम्ही घडलेल्या घटनांचे अर्थ लावू शकता; पण आहे त्या क्षणाला पुढे काय वाढून ठेवलंय ते मात्र सांगता येत नाही. मी कधीही रॅम्पवॉक केला नव्हता. पंधरा मिनिटे मला कसं चालायचं, किती वेगात चालायचं, कुठे थांबायचं, कसं वळायचं हे शिकवण्यात आलं. लवकरच शो सुरू झाला आणि आम्हाला मागे थांबायला सांगितलं. सगळ्या मॉडेल्स ओळीने उभ्या होत्या. मी रियाचा हात धरूनच उभी होते. "काळजी करू नकोस तू जिथून बाहेर पडशील मी तिथेच थांबलेले असेन," रिया माझ्या कानात पुटपुटली.

काही क्षणात माझी स्टेजवर जायची पाळी आली. माझ्या उरात धडकी भरली होती. पण विचार करायलासुद्धा वेळ नव्हता. मी खोल श्वास घेतला, आपण इथे कशासाठी आलोय हे आठवलं आणि पुढे पाऊल टाकलं. काही सेकंदातच मी उतरलेदेखील. सगळी भीती क्षणार्धात

नाहीशी झाली आणि तिची जागा टाळ्यांच्या कडकडाटाने, कॅमेऱ्यांच्या झगमगाटाने, अभिमानाने घेतली. स्टेजवरून उतरून मी रियाकडे गेले. आम्ही मिठी मारली. आम्ही एकमेकींशी एक शब्दही बोललो नाही. खरी लढाई तर आता सुरू झाली आहे याची आम्हाला कल्पना होती. #TakeBeautyBack ट्विटरवर धुमाकूळ घालत होते. मी दुसऱ्या दिवशी उठले तेव्हा माझा चेहरा 'न्यू यॉर्क टाइम्स' आणि 'न्यू यॉर्क पोस्ट'वर झळकत होता. इतकी प्रसिद्धी मिळालेली बघून आम्ही थक्क झालो. 'टाइम मॅगझिन'ने लिहिलं होतं : 'ॲसिड हल्ल्याच्या विरोधात उभं राहण्याची रेश्मा कुरेशीची ही पहिलीच वेळ नाही. यापूर्वी तिच्या 'ब्यूटी टिप्स'च्या व्हिडीओमुळे भारतातल्या खुल्या ॲसिड विक्रीवर आळा बसण्यास मदत झाली.

'द बीबीसी,' 'गार्डिअन,' 'कॉस्मॉपॉलिटन,' 'टाइम्स ऑफ इंडिया,' 'इंडिया टुडे,' 'बझफीड,' 'एले,' 'द डेली टेलिग्राफ,' 'पीपल' या आणि इतर असंख्य बातमीपत्रांनी माझी दखल घेतली होती. आम्ही पुन्हा एका नव्या चर्चेला तोंड फोडलं होतं. पण यावेळचा लढा हा सरकारच्या विरोधात नव्हता, तर आम्ही लोकांशी संवाद साधत होतो. आम्हाला त्यांच्यात सामावून घेण्यासाठी, त्यांच्यापैकीच एक आहोत याची जाणीव करून देण्यासाठी आम्ही हाक दिली होती.

तू चाल पुढं तुला रं गड्या भीती कुणाची

न्यू यॉर्कची माझी छोटी पण संस्मरणीय ट्रिप झाली. भारतातल्या अनेक शहरांपेक्षा सुरक्षित वाटलं मला तिथे! फॅशन शो संपल्यानंतर तीन दिवस डॉक्युमेंट्री शूटिंग झाले. मी 'सेंट्रल पार्क'च्या झाडांच्या रांगांपासून ते 'टाइम स्क्वेअर'च्या झगमगीत दिव्यांपर्यंत फिरत होते. एकाच शहरामध्ये इतकी सुंदर विविधता कशी असू शकते? वेगवेगळ्या वर्णाचे, जातीचे लोक तऱ्हेतऱ्हेचे कपडे घालून फिरत होते. या शहरानं माझ्या काळजाचा ठाव घेतला होता. वेगवेगळे कलाकार ठिकठिकाणी आपली कला सादर करत असायचे. एखाद्या शहराला स्वतःचं असं वैशिष्ट्य असतं हे मला न्यू यॉर्क बघून समजलं. इथल्या सगळ्या गमतीजमतींचं मी मुंबईच्या माझ्या चाळीतल्या मैत्रीणींना नीट वर्णन सांगू शकेन का असा मला प्रश्न पडला आणि मला एकदम उदास वाटलं. मला जे दिसतंय ते त्यांनासुद्धा पाहायला मिळावं असं मला वाटून गेलं. आपल्याकडची शहरंसुद्धा इतकी सुंदर, शांत का नसतात? इथल्या धावपळीतसुद्धा एक सहजता होती. वातावरणात आक्रस्ताळेपणा नव्हता. इथले हसरे चेहरे, प्रेमळ वागणूक आणि अगत्य यांच्या आठवणीनं नेहमीच माझ्या चेहऱ्यावर हसू फुललेलं असायचं.

१२ सप्टेंबर २०१६ला मी भारतात परत आले. आल्या आल्या पहिला झटका बसला तो लोकांच्या विचित्र नजरांचा! न्यू यॉर्कमध्ये लोक मला हसून भेटत होते, पण इथे लोकांच्या नजरांपासून वाचण्यासाठी मला चेहरा झाकून घ्यावा लागला. परत आल्यावर काही दिवसांनी मी एका मासिकाच्या फोटोशूटसाठी दिल्लीला गेले. तेव्हा 'मेक लव्ह नॉट स्कार्स'च्या सी.ई.ओ. तानिया सिंगला पहिल्यांदा

भेटले. #endacidsaleच्या काही दिवस आधीच तानिया आमच्या संस्थेत रुजू झाली होती (तेव्हा ती सिंगापूर युनिव्हर्सिटीत शिकत होती) पण आम्ही दोघी वेगवेगळ्या कामात असल्यामुळे आमची भेट झाली नव्हती. ती नुकतीच मलेशियाहून परतली होती. आणि मला भेटायला शूटिंगच्या ठिकाणी आली. "तू माझ्याकडेच राहायला यायचं आहेस," तिनं आग्रह केला.

तिच्या घरी आम्ही रात्रभर गप्पा मारल्या. आपल्याला देशात काय काय बदल करायचे आहेत यावर चर्चा केली. "मुंबई आणि न्यू यॉर्क मध्ये काय फरक वाटला?" तिनं विचारलं. "मुंबईतलं वातावरण जरातरी मोकळं आहे; पण दिल्ली शहराची भीती वाटते. न्यू यॉर्क मधल्या स्त्रिया हवे ते कपडे घालून बिनदिक्कत रात्रीअपरात्रीसुद्धा बाहेर पडताना दिसतात; पण दिल्लीत पाऊल ठेवता क्षणी मात्र भीतीची जाणीव होते." तानियाला पटलं. "जगातील शक्तिशाली अर्थव्यवस्था बनण्याकडे वाटचाल करणारा आपला देश स्त्रियांच्या हक्कांच्या बाबतीत मात्र फारसा जागरूक नाही," ती म्हणाली. त्याच वर्षी नोव्हेंबरमध्ये 'एमबीसी नेटवर्क'ने मला आणि तानियाला लेबनानला एका टीव्हीवरील कार्यक्रमासाठी आमंत्रित केलं. 'कलाम नवीम' नावाच्या या प्रसिद्ध कार्यक्रमाची सूत्रं एका स्त्री निवेदिकेच्या हातात होती. मानवी हक्कांशी संबंधित जगातील अनुभवाबद्दल तिथे चर्चा होत असे. मध्य पूर्वेकडील ते पहिले जगभरात पोहोचणारे चॅनेल होते. त्यामुळे पाहणाऱ्यांची संख्या लाखाच्या घरात होती. इतिहास घडवणाऱ्या अनेक प्रसिद्ध लोकांची मुलाखत त्या कार्यक्रमात घेतली गेली होती. उदाहरणार्थ, हिलरी क्लिंटन (अमेरिकेच्या ६७ व्या सेक्रेटरी ऑफ स्टेट), रानिया अलअब्दुला (जॉर्डनच्या राणी), अमिना जे मोहम्मद (यूएनच्या पाचव्या डेप्युटी सेक्रेटरी जनरल), सलमा हायक (प्रसिद्ध मेक्सिकन अमेरिकन अभिनेत्री), मलाला युसफजाई (सर्वांत छोटी नोबेल पारितोषिक विजेती), विल स्मिथ (प्रसिद्ध अमेरिकन अभिनेता) ही आणि अशी अनेक नावं ऐकून अभिमानानं आणि आनंदानं माझ्या डोळ्यात पाणी तरळलं. कारण मीही त्या कार्यक्रमाचा एक भाग होणार होते.

३ नोव्हेंबरला आम्ही बैरूतमध्ये दाखल झालो. दोघांना आमचं

विमान बदलणार होतं. त्यामुळे आम्हाला गप्पा मारायला भरपूर वेळ मिळाला. मागची-पुढची वर्षं, न्यू यॉर्क फॅशन वीकचा उद्देश, माझ्या अनुभवाची जगात कानोकोपऱ्यात झालेली चर्चा, परिणाम या सगळ्यावर आमची चर्चा झाली. 'न्यू यॉर्क फॅशन वीक' हा माझ्यासाठी आणि आमच्या संस्थेसाठी मैलाचा दगड ठरला असला तरी एका नव्या, आजपर्यंत जिच्याबद्दल बोललं गेलं नाहीये अशा एका वेगळ्या लढाईची आता सुरुवात होती. ॲसिड विक्रीला आळा घालण्याबरोबर आम्हाला लोकांचा दृष्टिकोन बदलायचा होता. आमचा खरा लढा हा हल्ल्यानंतरच्या लोकांच्या व्यवहाराविरुद्ध होता. लेबनानमध्ये भारतीय वकिलातीच्या एका अधिकाऱ्याशी तानियाची भेट झाली. माझी हकिकत ऐकून त्यांनाही वाईट वाटलं. पण त्यांच्या मते 'न्यू यॉर्क फॅशन वीक'मधला सहभाग वगैरे काही उपयोगाचा नव्हता. त्याच्यामुळे परिस्थितीत काही फरक पडेल असं त्यांना वाटत नव्हतं. 'सनी लिओनाबरोबर फोटो संस्थेसाठी देणग्या गोळा करण्यासाठी काढलेत का?' असे प्रश्न विचारून पत्रकार रियाला हैराण करत. काहींच्या मते असल्या प्रसिद्धीमुळे ॲसिड हल्ल्यासारख्या नाजूक विषयाचं गांभीर्य कमी होत चाललं होतं. आमच्यासारख्यांचा वस्तू म्हणून वापर होतोय अशी काही जणांना भीती वाटत होती. तर काही जणांना वाटत होतं की मोठमोठ्या कंपन्या त्यांची सार्वजनिक छबी सुधारण्यासाठी माझा वापर करून घेत आहेत. रिया आणि तानिया या सगळ्या आरोपांकडे हसून दुर्लक्ष करायच्या. असले आरोप हास्यास्पद असले तरी त्यांचा त्रास व्हायचा. कारण लोकांना जर असे प्रश्न पडत असतील, तर त्याचा अर्थ आमचं म्हणणं त्यांच्यापर्यंत नीट पोहोचत नाही. आम्हाला वेगळेपणाची वागणूक नको होती. टीव्हीवर आमचा चेहरा दाखवताना पुसट करून दाखवणं ज्या दिवशी बंद होईल किंवा आमच्या फॅशन शो मधील सहभागाची 'वेगळी' बातमी होणार नाही. त्या दिवशी समाजाने आम्हाला मनापासून स्वीकारलं आहे, असं मानायला हरकत नाही.

आम्ही तिघींनी असंख्य मुलाखती दिल्या, चर्चेत भाग घेतला पण तरीही एक प्रश्न आ वासून समोर यायचाचं. 'कशासाठी हे सगळं?' आपल्या देशात ज्यांच्यावर अन्याय झालाय त्या लोकांनाच आरोपी ठरवले जाते. टोमणे, टोचणाऱ्या नजरा या सगळ्यांमुळे अनेक मुली

घराबाहेर पडत नाहीत. बोटांवर मोजता येतील इतक्या मुलींना नोकरी मिळते, तीसुद्धा बऱ्याचदा सरकारी कोट्यांमुळे! टीव्हीवरचे लोक एकीकडे माझ्या प्रेरणेबद्दल बोलतात आणि आणि दुसरीकडे माझा चेहरा स्पष्ट दाखवायला कचरतात. या ढोंगी वागण्यामुळे आमच्यासारख्यांना काय संदेश मिळतो? मी माझा चेहरा बदलू शकत नाही. मग मी लपवायचा तरी कशाला? नोकऱ्या देणारेसुद्धा सगळ्यांना समान संधी वगैरे तेवढ्यापुरतं सांगतात. प्रत्यक्षात मात्र ग्राहकांच्या समोर यावं लागेल अशा प्रकारच्या नोकऱ्या देता येणार नाहीत म्हणून कळवतात. समान संधी देण्याऐवजी आम्हाला आमचा चेहरा लपवायला भाग पाडतात. हासुद्धा ढोंगीपणाच झाला. जोपर्यंत हा भेदभाव अस्तिवात आहे, तोपर्यंत मी माझी गोष्ट सांगत राहणार, अडथळ्यांवर मात करत पुढे जाणार! अनेकांच्या मते माझं 'न्यू यॉर्क फॅशन वीक'मधलं यश ही फक्त माझ्यासाठी नव्हे तर माझ्यासारख्याच असंख्य मुलींसाठी 'ऐतिहासिकच' घटना होती. खरंच ती ऐतिहासिक राहावी कारण पुन्हा या कारणासाठी कुणीही प्रसिद्ध व्हावं अशी माझी इच्छा नाही. 'न्यू यॉर्क फॅशन वीक'मध्ये १९ वर्षांच्या मुलीचा सहभाग! अशी बातमी तुम्ही कितीतरी वेळा वाचून सोडून दिली असेल. कारण त्यात आता काहीच नावीन्य नाही. तसचं आम्हा ॲसिड हल्ल्यातल्या मुलींचा सहभाग हीसुद्धा सहज घडलेली गोष्ट असावी. आम्हीसुद्धा हॉस्पिटल बाहेर, शाळेत, कोर्टात, बेडरूममध्ये अगदी कुठेही इतरांसारखेच सहजपणे वावरू शकलो पाहिजे.

जगभरातून मिळालेल्या प्रतिसादामुळे आम्हाला एक उमेद मिळाली आहेच. लोकांपर्यंत पोहोचलो नसतो तर काहीच उपयोग झाला नसता. बऱ्याच जणांना आमच्या कामात काही अर्थ वाटत नव्हता; पण आम्हाला माहीत होतं की आम्ही मुळापासून बदल करण्यासाठी प्रयत्न करत होतो. #endacidsaleच्या यशानंतर एका मोठ्या कंपनीने ॲसिड हल्ल्यांवर एक डॉक्युमेंट्री बनवण्यासाठी पैसा उपलब्ध करून दिला. 'न्यू यॉर्क फॅशन वीक' आणि 'टीडीए ग्रुप'च्या यशानंतर 'रेंट अ क्लॉजेट'च्या अक्षय तनेजा यांनी एक चॅरिटेबल फॅशन शो करण्याचा प्रस्ताव ठेवला. अर्चना कोचर, राना गिल, रोहित बाल, अनिता डोंगरे, वरुण बहल अशा मोठमोठ्या डिझायनर लोकांनी त्यांनी तयार

केलेले ड्रेसेस लिलावात विकण्यासाठी उपलब्ध करून दिले. त्यातून मिळणारे पैसे ॲसिड हल्ल्यातील तरुणींचे पुनर्वसन करण्यासाठी वापरण्याचे ठरले. पण एवढा मोठा फॅशन शो करण्यासाठी आमच्याकडे ना साधनं होती, ना पैसा! सुदैवानं 'ललित सुरी हॉस्पिटॅलिटी ग्रूप'चे केशव सुरी हे रिया आणि तानियाच्या ओळखीचे होते. त्यांनी त्यांचे हॉटेल आम्हाला शोसाठी उपलब्ध करून दिले आणि काही जणांच्या ऑपरेशनसाठी निधीसुद्धा उभा केला. २५ नोव्हेंबर २०१७ ला बारखंबा रोडवरच्या त्यांच्या हॉटेलमध्ये फॅशन शो पार पडला. जनरल मॅनेजर विवेक शुक्लांनी स्वत: सगळी व्यवस्था पाहिली. खाण्यापिण्याचे पदार्थ केशव सुरींनी स्वत: निवडले. आम्ही पुन्हा यशस्वी झालो. पण हे सगळं त्यांच्या, हॉटेलच्या कर्मचाऱ्यांच्या मदतीशिवाय अशक्य होतं. 'ललित'सारख्या मोठ्या हॉटेलनं आमच्यासाठी कष्ट आणि वेळ पुरवणं हे खूपच उभारी देणारं होतं.

आमच्या कामासाठी लोकांनी त्यांच्या मनाची दारं खुली केली. अनेक वर्षं खासगी कंपन्या आनंदाने ॲसिड हल्ला झालेल्या तरुणींना नोकऱ्या देतात; पण ग्राहकांसमोर मात्र त्यांना येऊ दिले जात नाही. पण केशव सुरी आणि 'लेमन ट्री हॉटेल्स'च्या आराधना लाल हा भेदभाव मिटवण्यासाठी प्रयत्न करत आहेत. मी आणि माझ्यासारखीच मीना म्हणून मुलगी सध्या 'ललित हॉटेल'च्या हॉस्पिटॅलिटी डिपार्टमेंटमध्ये शिकत शिकत काम करत आहोत. आणि सुरी साहेबांच्या म्हणण्यानुसार आम्हाला ग्राहकांच्या नजरेपासून दूर न ठेवता त्यांच्याशी निगडित कामच दिले जाईल. कुणीच चेहरा लपवून काम करायची गरज नाही. तुम्ही फ्रंट डेस्कला काम कराल. बाहेरून येणाऱ्या प्रत्येकाच्या नजरेसमोर असाल. ज्यांना हे पटत नसेल, आवडत नसेल त्यांनी आमच्या हॉटेल्समध्ये येऊ नये. तुम्हाला मान खाली घालायची गरज नाही. आपल्या वागण्याची लाज वाटून जगानं मान खाली घातली पाहिजे. त्याचं हे म्हणणं धीर देणारं होतं. LGBTQ समूहांना गुन्हेगार ठरवणारे कायदे बदलण्यासाठी ते सध्या काम करत आहेत. आराधना लालसुद्धा दिव्यांग लोकांना त्यांच्या हॉटेल्समध्ये काम करण्यासाठी ट्रेनिंग देतात. त्यांनी 'मेक लव्ह नॉट स्कार्स'लासुद्धा मदत करण्याचे ठरवले आहे.

तू चाल पुढं तुला रं गड्या भीती कुणाची । १५९

आम्ही आवाज उठवल्यामुळे नवीन कल्पना राबवू इच्छिणारी प्रसिद्ध आणि यशस्वी माणसं आमच्या सोबत उभी राहत आहेत. त्यामुळे आम्ही उचललेल्या प्रत्येक पावलाला काहीतरी अर्थ होता. प्रत्येक 'निरर्थक फॅशन शो'ला आणि 'प्रसिद्धीसाठी केलेल्या कामाला' महत्त्व होतं. या सगळ्याच्या माध्यमातून खऱ्या बदलांकडे वाटचाल होते आहे.

माझा आजवरचा प्रवास कष्टाचा, वेगवेगळे अनुभव देणारा होता. मला एक कळून चुकलंय की बदल ही हळूहळू घडणारी गोष्ट आहे. रस्ते बदलतात, एखादा दरवाजा बंद झाला की दुसरा उघडतो. सगळ्यात महत्त्वाचं असतं, हातात आलेली संधी न दवडणं. मला नेहमी प्रश्न पडतो की आपण नेमकं कशासाठी जगतो. मी आणि तानिया लेबनानमध्ये असताना तिच्या मित्रमैत्रिणींनी सीरियाच्या युद्धातल्या भयानक घटना सांगितल्या. आम्ही तिथे असतानाच दोन वर्षांच्या कालावधीनंतर पहिल्यांदा राष्ट्रपती निवडून आले होते आणि त्याचा आनंद साजरा होत असतानाच २५टक्के लोक युद्धात गमावलेल्या नातेवाइकांच्या शोकात बुडलेले होते. देशाची अर्धी लोकसंख्या निर्वासितांचं आयुष्य जगत होती. आम्हालाही रस्त्यात जखमी मुलं, म्हातारी माणसं, हात पसरून रडणाऱ्या बायका भीक मागताना दिसत होत्या. आम्हाला फार वाईट वाटलं. आम्ही त्यांच्यासाठी काहीच करू शकत नव्हतो. रात्री आम्ही जेवायला गेलो; पण मला माहीत होतं की तानियाच्या मनात अजूनही त्यांचाच विचार घोळत होता. मी फार पूर्वी ऐकलेली एक गोष्ट तिला सांगितली. आपल्या समोर येणारी संकटं ही आपल्या क्षमतेपेक्षा अनेक पटींनी मोठी असतात. आपण मात्र आपल्या हातात जे जे असेल ते करत राहावं. असं करता करताच एखाद्या क्षणी आपल्या हातून अशक्य वाटणारं काहीतरी घडून जातं. छोटे छोटे बदल करत करतच मोठं काहीतरी मिळवता येतं हे मला आता अनुभवातून पटलंय.

एवढ्या मोठ्या धक्क्यानंतर मी तग धरून जगत राहिले हे सगळ्यात महत्त्वाचं! मी जर तेव्हाच स्वतःला संपवलं असतं तर हे पुस्तक आज तुमच्या हातात नसतं, #endacidsaleची मोहीम झाली नसती, 'न्यू यॉर्क फॅशन वीक'मध्ये भाग घेता आला नसता आणि आमची संस्था वेगळंच

काही तरी काम करत असती.

मी माझी गोष्ट सांगतेय कारण त्यामुळे काहीतरी बदल घडणार आहे आणि तो बदल घडावा म्हणून धडपड करत राहण्याची माझी इच्छा आहे. मला आशा आहे की तुमचीदेखील हीच इच्छा असणार. ◆

समारोप

माझा हा प्रवास माझ्या एकटीचा नव्हता. माझा नशिबावर कधी विश्वास नव्हता; पण आता त्या शब्दाचा आधार वाटायला लागला आहे. हल्ल्यानंतर माझा या जगावरचा विश्वास उडाला होता. मी जगाला दोष देत होते आणि मरणाची वाट पाहत होते. पण त्याच जगात मला अशी माणसं भेटली जी माझ्या आणि माझ्यासारख्या इतर अनेक जणींसाठी आपलं आयुष्य वेचत होती. जगात अशा अनेक जणी आहेत ज्यांनी माझ्यापेक्षा जास्त भोगलय. माझ्या शत्रूवरसुद्धा अशी वेळ येऊ नये. जे स्वत:साठी उभं राहू शकत नाहीत, त्यांचा आधार व्हायचा, त्यांचा आवाज व्हायचा मी निश्चय केला आहे. फार कमी लोकांना स्वतःचं आयुष्य पुन्हा नव्यानं उभं करायला मदत मिळते. मी स्वतःला नशीबवान समजते, कारण 'मेक लव्ह नॉट स्कार्स' आणि इतर अनेक लोकांच्या मदतीमुळे मला ही संधी मिळाली. मला माझा आतला आवाज गवसला. नशिबानं जीवदान देऊन एक नवीन रस्ता दाखवला आहे, त्याचा पुरेपूर उपयोग करायचा. माझं हे पुस्तक तुम्हाला तुमच्या आसपासची परिस्थिती बदलण्यासाठी प्रेरणा देईल अशी मला आशा आहे. ही गोष्ट माझ्या एकटीची नाही तर अन्याय सहन करणाऱ्या लाखो लोकांचीसुद्धा आहे.

◆

उपसंहार

मी २०१७ मध्ये स्काटलँडचा डेप्युटी फर्स्ट मिनिस्टर या नात्याने मुंबईला आलो होतो तेव्हा रेश्माची आणि माझी भेट झाली. ग्लासगॉव केल्विन कॉलेज स्कॉटलँड, भारतातील काही शैक्षणिक संस्था आणि मेक लव्ह नॉट स्कार्स' यांनी मिळून आयोजित केलेल्या फॅशन शोमध्ये ती सहभागी झाली होती. तिचा अनुभव ऐकून वाईट वाटलं. पण ती या हल्ल्यातून नुसती वाचली नाही तर जगाला प्रेरणा देण्यासाठी पुढे आली. तिच्या लहानपणापासून ते आजपर्यंतचा प्रवास पुस्तकाच्या रूपाने वाचताना भावनांचे अनेक चढ-उतार वाचकाला अनुभवायला मिळतात. तिच्या घरच्या लोकांचा प्रेमळ स्वभाव पट्कन नजरेत भरतो. याउलट इतर लोकांनी मात्र तिला आणि तिच्या बहिणीला अतिशय क्रूर पद्धतीनं वागवलं आहे. प्रत्यक्ष हल्ला आणि त्यातून बरं होण्यासाठीचा प्रवास हा अंगावर काटा आणणारा आहे; पण त्या सगळ्या कठीण प्रवासातच एक आशेचा किरण तिच्या आयुष्यात आला आणि तिला एक नवी वाट सापडली.

आज जगभरात ॲसिड हल्ल्यांची संख्या वाढत असताना तिची गोष्ट अधिक प्रकर्षानं गरजेची वाटते. ॲसिड हल्ल्यांच्या प्रश्नांवर ताबडतोब कठोर पावले उचलणे गरजेचे आहे. रेश्माच्या आत्मकथेतून या हल्ल्याचे भीषण वास्तव समोर येते. या पुस्तकाला अतिशय महत्त्व आहे. ते नुसतं तिच्या दुःखाची गोष्ट सांगत नाही, तर तिच्या उमेदीची, तिच्या घरच्यांच्या मैत्रिणींच्या आधाराची जिद्दीची आणि द्वेषावर प्रेमाच्या विजयाची गाथा आहे.

एडिनबर्ग
सप्टेंबर २०१८

जॉन स्वीनी
डेप्युटी फर्स्ट मिनिस्टर ऑफ स्कॉटलँड

आभार

माझी गोष्ट जगाला सांगण्यासाठी मी खूप वाट पाहिली. आता तो क्षण येऊन ठेपला आहे. माझी मैत्रीण आणि सहलेखिका तानिया सिंग हिचे खूप खूप आभार! त्याचबरोबर कनिष्का गुप्ता आणि 'पॅन मॅकमिलन इंडिया'ची संपादक तिस्ता गुहा सरकार हिचेसुद्धा अतिशय आभार! ज्यांच्यामुळे मला मनापासून माझी गोष्ट सांगता आली. माझी गोष्ट वाचून माझ्यासारख्या इतर तरुणींना आणि सर्व वाचकांना, हितचिंतकांना हिंमत मिळो हीच माझी इच्छा आहे. माझ्याबरोबर पाय रोवून उभ्या राहणाऱ्या रियालासुद्धा मनापासून आभार आणि एक घट्ट मिठ्ठी! अब्बा, अम्मी, एजाज, गुलशन, नर्गिस, रियाज आणि जे माझ्या पाठीशी उभे राहिले त्या सगळ्यांचेही खूप खूप आभार!

रेश्मा कुरेशी

हे पुस्तक जरी रेश्मा कुरेशीच्या प्रवासाचा लेखाजोखा मांडत असले तरी मला ॲसिड हल्ल्याची शिकार झालेल्या प्रत्येक व्यक्तीचा आवर्जून उल्लेख करावासा वाटतोय. असं म्हणतात, की एखाद्या माणसाचा मृत्यू ही दुःखद घटना असते, पण लाखो जणांचा मृत्यू ही आकडेवारी असते; दरवर्षी हजारो लोकांवर ॲसिड फेकण्यात येते. काही जण त्यातून वाचतात; पण काही जणांचा मृत्यू ओढवतो. मला तुमच्यातल्या प्रत्येकाचं कौतुक वाटतं आणि लोकांना या क्रूरतेपासून वाचवण्यासाठी सतत प्रयत्न करेन. तुझी गोष्ट लोकांपर्यंत पोचवण्यासाठी तू माझ्यावर विश्वास ठेवलास म्हणून तुझे खूप आभार, रेश्मा! तुझ्या धाडसाला खरंच सलाम!

'मेक लव्ह नॉट स्कार्स'ची संस्थापक आणि प्रिय मैत्रीण रिया, कधीकधी मला वाटतं की आपली मैत्री होणं हे विधिलिखितच आहे. माझ्या प्रत्येक यशात, अपयशात चांगल्या-वाईट दिवसात तू माझ्या बरोबर आहेस. तू अतिशय चांगल्या मनाची मुलगी आहेस. अशी सोन्यासारखी मैत्रीण असणं हे मी माझं भाग्य समजते.

माझ्या आईवडिलांचे आणि बहिणींचे - रितू, निकी, सेलिना आभार. मला मिळालेले यश पाहून माझ्यापेक्षा जास्त आनंद तुम्हाला होतो. कधीकधी होणारी माझी चिडचिड, आक्रस्ताळेपणा सहन करण्यासाठीसुद्धा तुमचे आभार. तुमच्या शिवाय मी इथवर पोहोचू शकले नसते. माझ्या स्वप्नांवर विश्वास ठेवल्याबद्दल सुद्धा मनापासून आभार. जगातलं प्रत्येक कुटुंब जर आपल्या कुटुंबासारखं असेल तर जग अजून सुंदर होईल.

कनिष्का गुप्ता आणि तिस्ता गुहा सरकार या माझ्या टीममधल्या दोघींचेही आभार! तुम्ही जातीने या पुस्तकाकडे लक्ष दिल्यामुळे ते इतक्या चांगल्या स्वरूपात लोकांपुढे येत आहे. तुमच्यामुळे हा प्रवास इतका सुकर झाला आणि तुमचा जादुई स्पर्श या पुस्तकाला झाला ही किती आनंदाची गोष्ट आहे.

माझी आजी, मावशी, काका (गनन) अमन आणि करिना प्रत्येक पावलावर माझी साथ दिल्याबद्दल तुमचे ही आभार. शाळा-कॉलेजात असताना मला सांभाळणं तसं सोपं नव्हतं. पण भविष्यात मात्र तुम्हाला माझा अभिमान वाटावा असं काही तरी माझ्या हातून घडावं असं वाटतं. आजी, आजोबा आणि मावशी जे आता आपल्यात नाहीयेत मला त्यांची आठवण येतेय. त्यांना नक्कीच माझा अभिमान वाटला असता. तुम्ही सगळ्यांनी माझं पुस्तकांचं आणि गोष्टी वाचण्याचं वेड जपलं हे माझ्या नेहमी आठवणीत असेल.

या निमित्ताने केट कल्याणीचेसुद्धा आभार! मी कामासाठी मुंबईत आले किंवा आराम करायला गोव्याला गेले की नेहमीच त्यांच्या घराची दारं माझ्यासाठी उघडी असायची. मोनिका आणि राजेश शर्मा तुम्हीसुद्धा मी लिखाणात बुडलेली असताना माझ्या खाण्यापिण्याची काळजी घेतलीत त्याबद्दल धन्यवाद!

हर्षिक सुरईया आणि विनीत भट - जेव्हा कुणालाही रेश्मा कोण

हे माहीत नव्हतं तेव्हा तुम्हाला तिची सगळी गोष्ट माहीत होती. या पुस्तकाला इतकं प्रेम दिलंत त्यासाठी मी तुमची ऋणी आहे.

माझ्या जिवाभावाच्या मैत्रिणी - रागिणी, देविका एम, देविका के, श्रेया आणि गरिमा. आपली अनेक वर्षांची मैत्री आहे. तुमचं माझ्या आयुष्यातलं स्थान मी शब्दांत सांगू शकणार नाही. तुमच्या मोलाच्या सल्ल्यांसाठी खूप खूप आभार!

माझ्या कॉलेजच्या मैत्रिणी, माझं खूप प्रेम आहे तुम्हा सगळ्यांवर! क्रिती आणि एव्हलीन, तुमची मदत नसती तर पुस्तकामधल्या असंख्य चुका तशाच राहिल्या असत्या. सुशांत (विशेष), एडरीन, वसुधा, विशाल आणि डागा या प्रवासात तुमची साथ खूप मोलाची आहे. वेळीअवेळी तुमच्या खोलीत येऊन लिहीत बसू दिल्याबद्दल देविका अग्रवाल तुझेही आभार!

श्री. केशव सुरी - अनेकांच्या आयुष्याल्या दिशा देण्यासाठी आवाज उठवण्याचा तुम्ही घेतलेला वसा हा खरोखरच प्रेरणादायी आहे. आमच्या संस्थेवर आणि आमच्या ध्येयावर विश्वास ठेवण्यासाठी धन्यवाद.

ॲलेस्टर मॅकगी - रेश्माची ही गोष्ट योग्य हातात पडण्यासाठी केलेली मदत लाखमोलाची आहे. गॅरी मायनॉर तुमची मदतही स्पृहणीय आहे.

आपापल्या परीनं मदत करणारा 'मेक लव्ह नॉट स्कार्स'चा सगळा मित्रपरिवार. तुमच्या मदतीला सलाम! अक्षय तनेजा, उमंग, LDM, रोहन श्रॉफ, शिविक्का, अमर, ईशान, ध्रुव, शिवम, सुकन्या, सुरुची, सहज, विष्णू, तारिणी, कबीर, सांची गुप्ता, जेसिका, रोहन वाधवा, अनिश आणि श्रीकर. तुम्ही सगळे रॉकस्टार आहात! तुमच्या प्रत्येक छोट्यामोठ्या मदतीसाठी मी तुमची नेहमीच आभारी असेन!

तानिया सिंग

Finding the right shade of lipstick is harder than finding concentrated acid.
#endacidsale
makelovenotscars.org

Why is a litre of concentrated acid sold cheaper than a 9 ml eyeliner?
#endacidsale
makelovenotscars.org

It takes 2 minutes to put on blush but only 3 seconds to scar a face.
#endacidsale
makelovenotscars.org

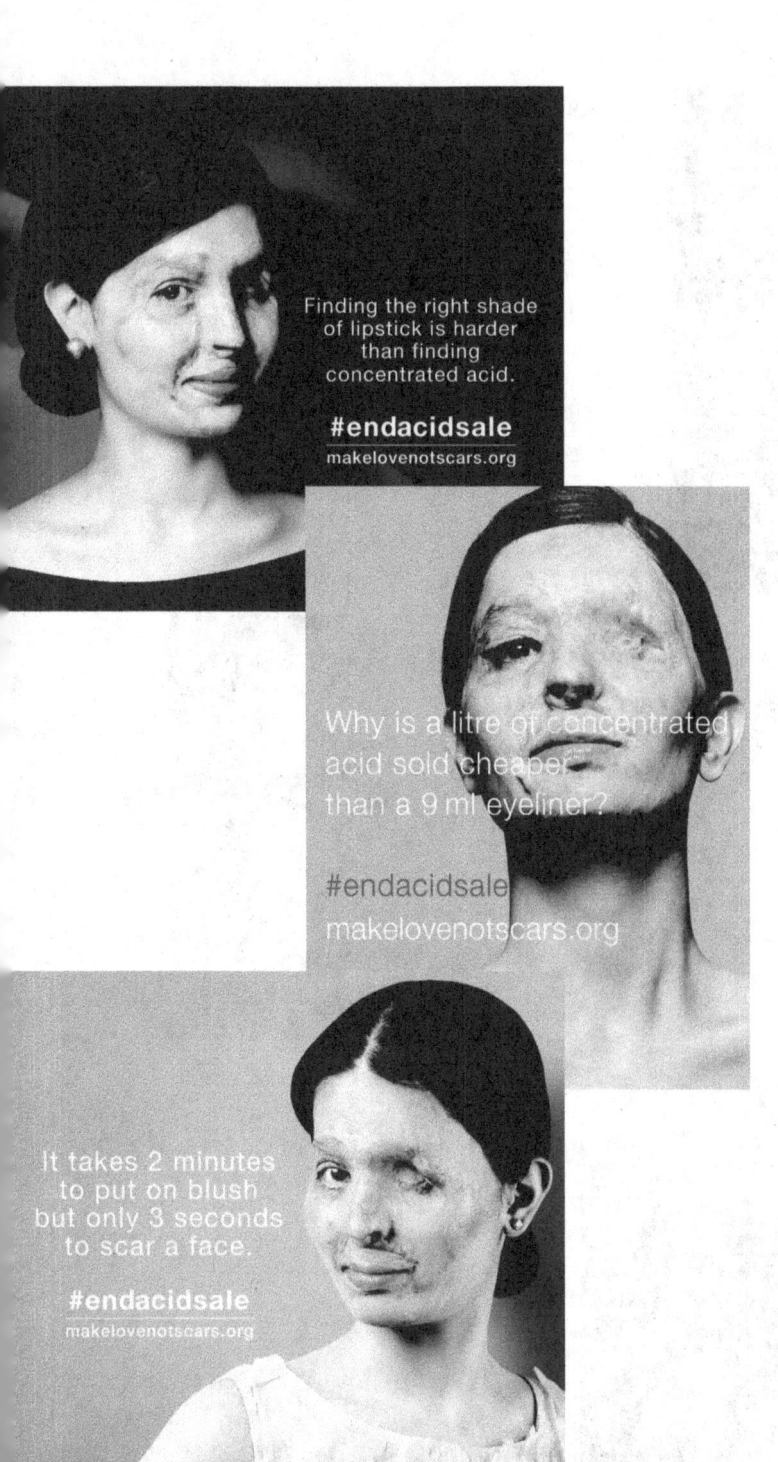

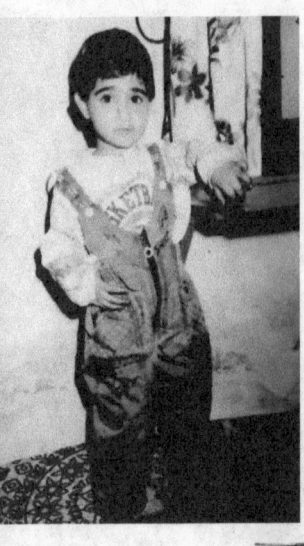

लहानपणीची आठवण

हिजाब

हल्ला होण्याच्या काही महिन्यांपूर्वी
एका लग्नसमारंभात

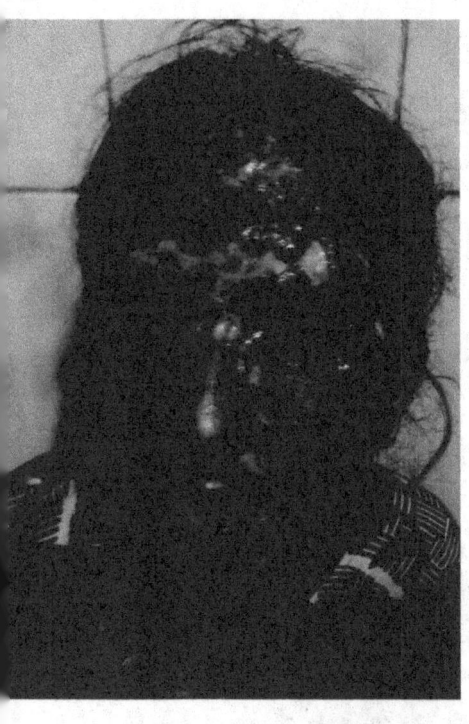

हल्ला झाल्यावर
काही आठवड्यांनंतर

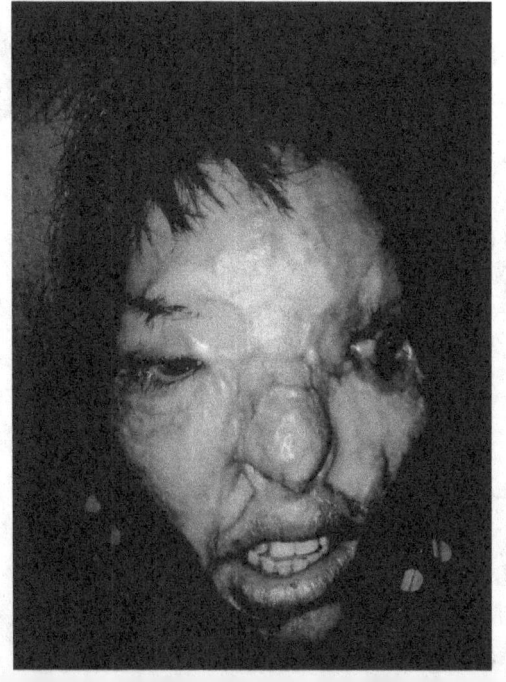

काही महिने उलटल्यावर

'ब्यूटी टिप्स बाय रेश्मा'वर बक्षिसांचा वर्षाव

बंध मैत्रीचे, रिया शर्मा (संस्थापक, 'मेक लव्ह नॉट स्कार्स')

CNBC TV-18चा 'इंडियन बिझनेस लीडर फॉर ब्रँड ऑफ द इयर पुरस्कार' स्वीकारल्यानंतर

क लव्ह नॉट स्कार्स'च्या
्यासारख्याच मैत्रिणींबरोबर

आमच्या ऑफिसच्या गच्चीवर
मी आणि तानिया

ा आणि मी - न्यू यॉर्क फॅशन वीक.

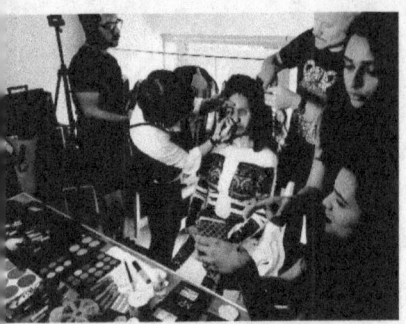

न्यू यॉर्क फॅशन वीक - तयारी

न्यू यॉर्क फॅशन वीक - झलक

न्यू यॉर्क मध्ये रॅम्प वॉकचा सराव करताना

न्यू यॉर्क फॅशन वीक - अजून एक झलक

सनी लिओनी आणि मी

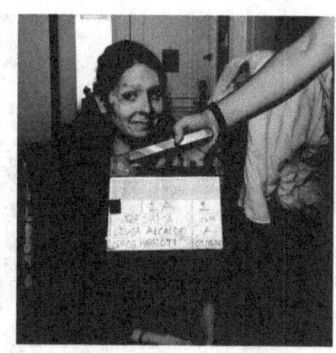

क्युमेंट्रीचे शूटिंग

अजून एक टेक

ट्रल पार्क, न्यू यॉर्क येथे शूटिंग

ऑपरेशन्ससाठी
लॉस एंजेलिसला जाताना

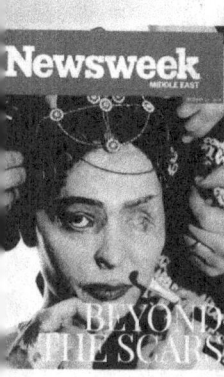

ूज वीक मिड्ल ईस्ट'चे
व्रपृष्ठ

बॉलिवूडचा बादशहा
शाहरुख खान आणि मी

माझ्या आयुष्यातला
एक दिवस

सोनी आणि माझ्या उपचारांचा खर्च उचलणारे डॉक्टर आणि डेबरा ॲल्सी यांच्या बरोबर

माझी मैत्रिण सोनी आणि जर्मी पिवेन

एजाजच्या लग्नात

#endacidsale अभियानासाठी क्युरिअस क्रिएटिव्ह पुरस्कार

कॅटलिन जेनर आणि तिच्या मैत्रिणीबरोबर 'फेस फॉरवर्ड'च्या बेवरी हिल्स इथल्या कार्यक्रमात मी आणि सोनी

दिल्लीच्या 'मेक लव्ह नॉट स्कार्स'च्या पुनर्वसन केंद्रात ॲसिड हल्ल्याच्या शिकार झालेल्या इतर मुलींबरोबर